AF906062

விலகிச் செல்லும் பருவம்

விலகிச் செல்லும் பருவம்

எஸ். செந்தில்குமார் (1973)

தேனி மாவட்டம் போடிநாயக்கனூரில் பிறந்தவர். 1993 முதல் எழுதிவரும் இவருடைய முதல் கவிதைத் தொகுப்பு ‘குழந்தைகள் இல்லாத வீட்டில் உடையும் ஜாடிகள்’ 2003இல் வெளியானது. *காலச்சுவடு* வெளியீடாக 2006இல் ‘சமீபத்திய காதலி’ கவிதைத் தொகுப்பும், *உயிர்மை* வெளியீடாக ‘வெய்யில் உலர்த்திய வீடு’ (2006), ‘சித்திரப்புலி’ (2008) ஆகிய இரு சிறுகதை நூல்களும், ‘ஜி. சௌந்தரராஜனின் கதை’ (2007) என்கிற நாவலும் வெளியாகியுள்ளன. இளம் படைப்பாளிகளுக்கான ‘சுந்தர ராமசாமி விரு’தை (2009) பெற்றுள்ளார்.

முகவரி

3/4, பட்டினத்தார் சந்து
பரமசிவன் கோவில் வீதி
போடிநாயக்கனூர் 625 513
கைப்பேசி: 99942 84031

எஸ். செந்தில்குமார்

விலகிச் செல்லும் பருவம்

காலச்சுவடு பதிப்பகம்

விலகிச் செல்லும் பருவம் • சிறுகதைகள் • ஆசிரியர்: எஸ். செந்தில்குமார் • © எஸ். செந்தில்குமார் • முதல் பதிப்பு: டிசம்பர் 2009 • வெளியீடு: காலச்சுவடு பதிப்பகம், 669 கே. பி. சாலை, நாகர்கோவில் 629 001 • தொலைபேசி : 91 – 4652 – 278525 • தொலைநகல்: 91 – 4652 – 402888 • மின்னஞ்சல் : kalachuvadu@sancharnet.in • அச்சுக்கோப்பு : சுதர்சன் புக் புராசசர்ஸ் அன்ட் டிஸ்ட்ரிப்யூட்டர்ஸ் • அட்டை அச்சாக்கம்: பிரிண்ட் ஸ்பெஷாலிட்டீஸ், சென்னை 600 014 • அச்சாக்கம்: மணி ஆஃப்செட், சென்னை 600 005.

காலச்சுவடு பதிப்பக வெளியீடு: 305

vilakie cellum paruvam • Short Stories • Author : es. centilkumaar • © S. Senthilkumar • Language: Tamil • First Edition: December 2009

Published by Kalachuvadu Pathippagam, 669 K.P. Road, Nagercoil 629 001, India • Phone: 91- 4652 -278525 • Fax: 91- 4652 - 402888 • e-mail:kalachuvadu@sancharnet.in • Typesetting: Sudarsan Book Processors and Distributors

ISBN: 978-81-89945-89-3

12/2009/S.No.305, kcp.486,18.6(1)600

எஸ். மணி, ஜோதி,
வரதராஜன், பத்மபிரியா,
ராம்குமார்
ஆகியோரின் அன்பிற்கு

நன்றி

இத்தொகுப்பிலுள்ள மூன்று கதைகளை வெளியிட்டதோடு, தொடர்ந்து எனது கதைகள் குறித்தும், என் சூழல் குறித்தும் உரையாடி உற்சாக மூட்டும் தேவிபாரதிக்கும், சிறுகதைகள் பிரசுரமானபொழுதில் கதைகள் குறித்த தங்கள் அபிப்பிராயங்களைப் பகிர்ந்துகொண்ட சமயவேல், சுரேஷ் குமார இந்திரஜித், சுதிர் செந்தில், கே.என். செந்தில், விஜய குமார் (கால பைரவன்), கடற்கரய், தளவாய் சுந்தரம், சுந்தர புத்தன் ஆகியோருக்கும் இக்கதைகள் மூலம் புதிதாக நண்பர்களாக வந்தடைந்த விஜய மகேந்திரன், திருமங்கலம் செந்தி, திருநெல்வேலி மணிபாரதி, சரவணன், ஆர். இசக்கி முத்து, கோவை கருணாகரன், *காலச்சுவடு* உதவியாசிரியர் செல்லப்பா ஆகியோருக்கும், தொடர்ந்து என் வாழ்வியல் சூழலின் நெருக்கடிகளைப் புரிந்து உதவிவரும் சகோதரர் ஆர். செந்தில் குமாருக்கும் சகோதரி ஜோதிக்கும் என்றும் அன்பும் நன்றியும்.

இக்கதைகளைத் தொகுப்பாகக் கொண்டுவர ராஜமார்த்தாண்டன் மேற்கொண்ட முயற்சிகள் என்றும் நினைவில் இருப்பவை. சென்னை திருவல்லிக்கேணி, ஜாம்நகர் போலீஸ் ஸ்டேஷனுக்கு அருகே என் முதல் கவிதைத் தொகுப்பிற்குப் பிழைதிருத்தம் மற்றும் செப்பனிடும் பணியை மேற்கொண்டபோது, எங்கள் இருவருக்கும் நட்பு உருவானது. எனது இரண்டாம் கவிதைத் தொகுப்பு காலச்சுவடு பதிப்பகத்தின் மூலம் வெளிவந்தபோது காலச்சுவடு அலுவலகத்திற்கு எதிரே இருந்த டீக்கடையில் ராஜமார்த்தாண்டனுடன் பேசிய அந்த மாலைப்பொழுதை என்றும் மறக்க இயலாது.

இத்தொகுப்பினைக் கொண்டுவரும் காலச்சுவடு பதிப்பகத்திற்கும், இக்கதைகளைப் பிரசுரம் செய்த *உயிர்மை, உயிரெழுத்து, அம்ருதா, த சண்டே இந்தியன்* ஆகிய இதழ்களுக்கும் நன்றியும் அன்பும் என்றும்.

உள்ளடக்கம்

1

விலகிச் செல்லும் பருவம்

தனஞ்சேகருக்குக கடிதம் எழுதத் தெரியும். 'நீ சென்றுவந்த இன்பச் சுற்றுலாவைப் பற்றி உன் நண் பனுக்குக் கடிதம் எழுது' கட்டுரையில் பத்துக்கு எட்டு மதிப்பெண் ஒரு முறையும், மற்றொரு முறை பதினைந்து மதிப்பெண்ணுக்குப் பனிரெண்டும் பெற்றிருந்தான். மாரி யப்பன் வாத்தியாரிடம் அடிவாங்காமலிருக்கும் மாணவர் களில் தனஞ்சேகரும் ஒருவன். வாத்தியாரும் எல்லோ ரையும் அடிக்கமாட்டார். வீட்டிலிருந்து பெற்றோரை அழைத்து வராத பிள்ளைகளைப் பார்த்துத்தான் அடிப் பார். தனஞ்சேகர் யாருக்கு வேண்டுமானாலும் கடிதம் எழுதலாம் என்னும் தைரியத்தில் பயிற்சி ஏட்டிலுள்ள கடிதக் கட்டுரைகளைப் படிப்பதில்லை. அந்தக் கட்டுரை களும் சுலபமானவைதான். மாரியப்பன் வாத்தியார் ஒரு யோசனை சொல்லித்தந்திருந்தார். "எந்தக் கடிதம் எழுதி னாலும் அனுப்புநர் முகவரியில் உன்னோட முகவரியை எழுதிடு. அதற்கு மூன்று மார்க். பெறுநர் முகவரி யாருக்கு கடிதம் எழுதுறியோ அவங்க பெயர், ஊர் இரண்டே வரி போதும். அதுக்கு மூன்று மார்க். சைக்கிள் காணாமல் போனதை நகர் காவல் நிலையத்திற்குத் தெரிவிக்கிற கடிதமும் இப்படித்தான். உன் மாமாவுக்குப் பெண் கேட்டு எழுதினாலும் இப்படித்தான்" என்பார். வகுப் பறையே சிரித்துவிடும். புத்தகப் பைக்கட்டைத் தட்டித் தட்டிச் சிரிப்பார்கள்.

'தன் வரலாறு கூறுதல்' கட்டுரைதான் தனஞ் சேகருக்கு மனப்பாடம் செய்ய முடியாமல் இருந்தது. நெஞ்சில் அடித்து, தலையில் அடித்துப் படித்தாலும் 'தன் வரலாறு கூறுத'லை மனப்பாடமே செய்ய முடிய வில்லை. ஆனால் நம்பிராஜன் கடகடவென்று ஒப்பித்து விடுவான். மாரியப்பன் வாத்தியார் பாடம் நடத்தும் போதே தன் மண்டை மூளையில் போய் அந்தக் கேள்வி பதில் உட்கார்ந்து விடுவதாக அடித்துவிடுவான். அப்படி

இருந்தும் அவனது கடிதக் கட்டுரையில் தனஞ்சேகர் மார்க்கை ஓட்டித்தான் எடுத்திருந்தான். பரிட்சையில் 'பகுதி – இ' பெரிய கேள்விப் பகுதியில் இரண்டு கேள்விகளுமே 'தன் வரலாறு' கேள்விகளாக வந்துவிட்டால் நம்பி, தனஞ்சேகருக்குக் காட்டுவ தாகச் சொல்லியிருந்தான். பதிலாக 'இன்பச் சுற்றுலா' கட்டுரை வராமல் 'சைக்கிள் காணாமல் போனதற்கு நகர் காவல் நிலையத்திற்குக் கடிதம் எழுதுக' என்று கேட்டால் தனஞ்சேகர் நம்பிக்குக் காட்டுவதாகச் சத்தியம் செய்துகொண்டனர்.

அரையாண்டுத் தேர்வு விடுமுறையில் மாரியப்பன் வாத்தியார் எட்டாம் வகுப்பு 'ஆ' பிரிவு மாணவர்களை இன்பச் சுற்றுலாவிற்கு அழைத்துக்கொண்டு போவதாக ஆசை காட்டிப் படிக்க வைத்தார். மாணவர்களுக்குப் போகப் போகும் இன்பச் சுற்றுலாவைப் பற்றி ஏகப்பட்ட கற்பனை. தேக்கடி, அழகர்கோவில் என்று சதா பேசிக்கொண்டே இருந்தார்கள். அரைப் பரீட்சையும் முடிந்து முழுப் பரீட்சையும் வரப் போகிறது. மாரியப்பன் வாத்தியார் அவரது கைக்காசைப் போட்டு அழைத்துக்கொண்டு போவது போலச் சலித்துக் கொண்டார். அவருக்குப் பள்ளிக்கூட வேலைகள் அதிகம். கோலப் போட்டிக்கு நடுவராக இருந்து பரிசு தருவது, கோலாட் டத்திற்குப் பாட்டு எழுதுவது என்று ஆண்டுவிழா வேலைகளைத் தலையில் போட்டுக்கொண்டு அலைந்தார். இந்த வேலைகளை யெல்லாம் விடுத்து எப்படி மாணவர்களை அழைத்துக்கொண்டு போவார்? மாரியப்பன் வாத்தியாரைத் தவிர வேறு யாரால் கட்டிமேய்த்துக்கொண்டு போக முடியும்? அதான் இந்த முறை இன்பச் சுற்றுலாவிற்குப் போகவில்லை.

எட்டாம் வகுப்பிற்குப் போய்ச் சேர்ந்ததும் வாத்தியார் இன்பச் சுற்றுலாவிற்கு அழைத்துக்கொண்டு போனார். சுருளி அருவிக்குப் போகிற பஸ்ஸில் சேகரும் நம்பியும் பக்கத்துப் பக்கத்தில் உட்கார்ந்துகொண்டார்கள். சேகரின் வீட்டில் தயிர்ச் சோறும் ஊறுகாயும் பொட்டலம் கட்டித் தந்தார்கள். பஸ் டிக்கெட்டிற்குப் போகக் கையில் இரண்டு ரூபாய் மட்டும் தந்து விட்டார்கள். இரண்டு ரூபாயை வைத்துக்கொண்டு என்னென்ன வாங்கிச் சாப்பிடலாம் என்று யோசித்தான். சுருளியில் பலூன், புல்லாங்குழல், மௌத் ஆர்கன், பெரிய பந்து, சின்ன பந்து, மசால் வடை, பால்பன், இனிப்பு அப்பம், முறுக்கு, அதிரசம், ஊத்தப்பம், முறுகல் தோசை, ஸ்பெசல் நெய் ரோஸ்ட், பூரி, பொங்கல், இட்லி, சட்டினி, சாம்பார் எல்லாம் விற்றார்கள். தனஞ்சேகரும் நம்பியும் இரண்டு ரூபாயை வைத்துக் கொண்டு குரங்குகளுடன் குரங்குகளாக உட்கார்ந்து வேடிக்கை பார்த் தார்கள்.

நம்பிராஜன் வீட்டிலும் தயிர்ச் சோறும் ஊறுகாயும்தான். அருவியில் குளித்துவிட்டு ஜில்லென்றிருந்த தண்ணீரைக் குடித்துக் கொண்டு சோறு சாப்பிட்டார்கள். உடன் வந்த மாணவர்கள் பலூன் வாங்குவதும் மசால் வடை வாங்கித் தின்பதுமாக ஆட்டம் போட்டார்கள். நம்பியும் சேகரும் அதன்பிறகு இரண்டு ரூபாய்க்குப் பொரி கடலை வாங்கிக் கொஞ்சத்தைக் குரங்கு களுக்குப் போட்டுவிட்டு, மிச்சத்தைத் தின்றார்கள். நம்பி சேக ரிடம், "இனி டூர் போனா நிறைய்ய காச வைச்சுக்கிட்டுத்தான் போகணும்" என்றான். சேகர் நம்பியிடம், "நிறைய்ய துட்டு எப்படிடா சேக்குறது. சினிமாவுக்குப் போகவே எங்கப்பா காசு தரமாட்டேங்குறாரு. பொன்னு தியேட்டரிலேயே ஓசிப் படம் பாக்குறேன்" என்றான்.

மாரியப்பன் வாத்தியார் சுருளிக்குப் போய் வந்ததும் கட்டுரை எழுதச் சொல்லிவிட்டார். 'நீ சென்றுவந்த இன்பச் சுற்றுலாவைப் பற்றி உன் நண்பனுக்குக் கடிதம் எழுது. 'சுற்றுலா வுக்குப் போனது சுருளி அருவி. வாத்தியார் 'குற்றாலத்திற்குப் போய் வந்ததாக' எழுதச் சொன்னார். குற்றால அருவிதான் முழுப்பரீட்சைக்கு வரும் என்று பதினைந்து மார்க் கேள்வி – பதிலை 'அவுட்' செய்துவிட்டார். பிள்ளைகளும் குற்றாலம், குற்றாலம் என்று தலையில் அடித்துக்கொண்டு எழுத ஆரம்பித் தார்கள்.

நம்பி, "குத்தாலம் வந்தாக்கூடப் பரவாயில்லைடா. ரேடியோ தன் வரலாறு கூறுதல், தொலைக்காட்சிப் பெட்டி தன் வரலாறு கூறுதல் வந்தாதாண்டா கஷ்டம். எவ்வளவு வருஷம், இங்கிலீஷ் பெயர்கள் இருக்கும் தெரியுமாடா" என்று சொன்னான்.

சேகர், " வருஷம் போடாமல் எழுதலாம்டா. மார்க் குறைச்சுப் போட்டாப் போடுறாங்க" என்றான்.

நம்பிக்கும் அதுவும் சரியெனத் தோன்றியது. எப்படி வருஷங் களை மனப்பாடம் செய்து வைத்தாலும் மனதில் தங்காமல் இருக்கிறது. ஒன்பதாவது படிக்கும்போது எப்படி வருஷங்களை மனப்பாடம் செய்யப்போகிறோம் என்று கவலைப் பட்டான். சேகரின் அப்பா, "எட்டாம் வகுப்பு முடிய படித்தது போதும், தியேட்டரில் வேலை பார்க்க வாடா" என்று சொல்லிவிட்டார். போன வருடமே வேலைக்கு வரச் சொன்னார். சேகர் அழுது பட்டினி கிடந்தான். சாகப்போவதாகச் சொன்ன பிறகுதான், 'தொலைந்து போ' என எட்டாம் வகுப்பிற்கு அனுப்பினார். அனுப்பும்போதே, "அடுத்த வருஷமும் இதே மாதிரி அழுதே, அம்மாவையும் மகனையும் வீட்டைவிட்டு விரட்டி விட்டு டுவேன்" என்று பயமுறுத்திவிட்டார். சேகரின் அப்பாவைப் பற்றி அவன் அம்மாவிற்குத்தான் தெரியும். செய்தாலும் செய்து

விடுவார் என்று "காப்பரிட்சை முடிஞ்சுச்சா, அரைப் பரிட்சை முடிஞ்சுச்சா, முழுப்பரிட்சை எப்போ வரும். ஆண்டுவிழா வைக்காமல் பரீட்சை வைக்கமாட்டானுங்க வாத்தியார் பயலுக" என்று அவனிடம் தினமும் தொண தொணத்துக்கொண் டிருந்தார்.

நம்பியும் பரீட்சை முடிந்ததும் ஐஸ் கடைக்கு வேலைக்குப் போய்விடுவான். நம்பியின் அப்பா பாண்டியன் ஐஸ் கம் பெனியில் வேலை பார்க்கிறார். வெய்யில் காலத்தில் ஐஸ் பெட்டியைத் தூக்கிச் சைக்கிளில் கட்டிக்கொண்டு டொப்... டொப்... டொப்... என்று பெட்டி மூடியைத் தட்டி, 'பால் ஐஸ், சேமியா ஐஸ், குச்சி ஐஸ்' என்று கத்தியபடி போவார். அரைப் பரீட்சை லீவில் நம்பிக்கு ஐஸ் விற்கப் பழக்கிவிட்டார். அவனும் தள்ளுவண்டியில் பெட்டியை வைத்துக்கொண்டு, ஐஸ்... ஐஸ்... ஐஸ்ஸே... என்று தெருத் தெருவாக உருட்டினான்.

மாரியப்பன் வாத்தியார், நம்பியையும் சேகரையும் கடைத் தெருவில் பார்த்து "ஏண்டா, நீ தியேட்டரிலே முறுக்கும் மிட்டாயும் விக்குறே. நீ தெருத்தெருவாக ஐஸ் விக்குறே. சம்பாதிக்கக் கிளம்பிட்டீங்களா" எனத் திட்டினார். 'இனி பள்ளிக்கூடத்திற்குப் போக முடியாது' என நினைத்தபோது இருவருக்கும் வருத்தமாக இருந்தது.

மாரியப்பன் வாத்தியார் மாதிரி யாரும் கட்டுரை எழுதச் சொல்லித்தரமாட்டார்கள். அவர் சொல்லிக் கொடுப்பது அப்படியே பரிட்சைக்கு வந்துவிடும். முழுப்பரிட்சையிலும் அவர் சொல்லிக்கொடுத்த கேள்வியைத்தான் கேட்டிருந்தார்கள். பிள்ளைகள் எல்லோரும் சந்தோசமாக எழுதினார்கள். பரிட்சை முடிந்து போகும்போது, மாரியப்பன் வாத்தியாரும் தர்மராஜ் வாத்தியாரும் பேசிக்கொண்டிருந்தார்கள். வாத்தியார் தானிருந்த அறையைவிட்டு வெளியே வந்து நின்று மாணவர்களிடம், "என்னடா பரிட்சை எப்படி எழுதினீங்க" எனக் கேட்டார்.

எல்லாப் பரிட்சையும் முடிந்துவிட்டது. பரிட்சை முடிந்த மறுநாளே சேகர் தியேட்டருக்குப் போய்விட்டான். முறுக்... முறுக்... முறுக்கே... என்று ஈயத் தட்டில் முறுக்குகளையும் மிட்டாய்களையும் போட்டு விற்க ஆரம்பித்துவிட்டான். பொன்னு தியேட்டரில் தரை முழுவதும் எச்சிலும் கோழையு மாகக் காய்ந்து கிடந்தது. மூக்கைச் சிந்திச் சுவரில் தடவியிருந் தார்கள். வெறுங்காலோடு நடக்கக் கூசியது. செருப்புப் போட்டு தட்டைத் தூக்கினால் ஒரு மாதிரியாகத் தெரிந்தது. மற்றவர்கள் யாரும் செருப்புப் போட்டுக்கொள்ளாமல், முறுக்... முறுக்... என்று பெஞ்சிற்குப் பெஞ்சு விற்கிறார்கள். சேகரின் அப்பா தியேட்டருக்குள் கடை போட்டிருந்தார். கடையில் உப்புக்கடலை,

பட்டாணி, கடலைப் பருப்பு, கடலை மிட்டாய், முறுக்கு எனத் தின்பண்டங்கள் இருந்தன. 50 பைசா ஒழக்கு, ஒரு ரூபாய் ஒழக்கு எதுவெனச் சேகருக்குச் சொல்லிக்கொடுத்து வியாபாரம் செய்யப் பழக்கினார்.

பொன்னு தியேட்டரில் தினசரி மூன்று காட்சிகள் மட்டும் தான். தீபாவளிக்கும் பொங்கலுக்கும்தான் நான்கு காட்சிகள் நடக்கும். தீபாவளிக்கு மறுநாள் தியேட்டர் தரையில் கால் வைக்கவே முடியாது. வாந்தி எடுத்து வைத்திருப்பார்கள். இருட்டில் நடந்து போய் வழுக்கி விழுந்து பெஞ்சில் அடிபட் டதை முட்டை போண்டா விற்கும் முனிசாமி சொல்வான். சேகர் இடைவேளைக்குப் பிறகு, லைட் அணைந்துவிட்டால் தியேட்டருக்குள் போகமாட்டான் – பொன்னு தியேட்டரில் தரையில் ஆட்கள் உட்கார்ந்துகொண்டு கடக்கும்போது கத்து வார்கள். "ஏய் முறுக்கு, ஒதுங்குடா . . . ஏய் முறுக்கு, தள்ளுடா."

சேகருக்கு தட்டைத் தூக்கி முறுக் . . . முறுக் . . . முறுக்கே . . . எனக் கத்திக்கொண்டு, தியேட்டரில் கிடப்பதற்கு எரிச்சலாக இருந்தது. பள்ளிக்கூடத்தில் பெரிய கிரவுண்டில் துப்பாக்கி சுட்டுப் பழகிக்கொண்டிருப்பதாகவும் வேடிக்கை பார்க்கப்போவ தாகவும் தியேட்டருக்குப் படம் பார்க்கவந்த மாணவர்கள் சொன்னார்கள். மைதானத்தில் விடுமுறை நேரத்தில் துப்பாக்கி சுட்டுப் பழகிக்கொண்டிருப்பது சேகருக்குத் தெரியும். பயிற்சி முடிந்ததும் என். சி. சி. மாணவர்கள் தட்டை வைத்துக்கொண்டு வரிசையாக நிற்பார்கள். ஊத்தப்பம், பூரி கிழங்கு என்று சாப்பிட்டுவிட்டு வீட்டிற்குப் போய்விடுவார்கள்.

சேகரும் நம்பியும் ஒன்பதாம் வகுப்பு சேர்ந்த பிறகு என். சி. சி.யில் சேர்ந்து பூரிக் கிழங்கு சாப்பிட வேண்டுமென ஆசைப்பட்டார்கள். என்.சி.சி. வாத்தியார் சிவராமன் கோபக் காரர். 12ஆம் வகுப்பு மாணவர்கள் தவளையைச் சரியாக அறுத்துப் போடவில்லை என்பதற்காக, வெறும் காலோடு சிமிண்ட் தரையில் நிற்கவைத்து விடுவாராம். சேகருக்கு நம்பிக்கை இல்லை. ஒன்பதாம் வகுப்பிற்குத் தன்னைச் சேர்த்துவிடமாட் டார்கள் என நினைத்தான். பரிட்சையில் ஃபெயிலாகக் கூடாது என்று விழுந்து விழுந்து படித்து எழுதினான். மாரியப்பன் வாத்தியார் 'எந்த மாணவன் அதிக மார்க் வாங்குகிறானோ, அவனுக்கு நூறு ரூபாய் பரிசு தருகிறேன்' என்றார். வகுப்பில் நம்பியும் சேகரும்தான் நூறு ரூபாய்க்குப் போட்டி.

முட்டை போண்டா விற்கும் முனிசாமியும் எட்டாவது படிப்போடு நின்று தியேட்டரில் வேலைக்குச் சேர்ந்தான். முனிசாமியும் சேகரும் இடைவேளைக்குப் பிறகு தட்டிலிருந்த காசை எண்ணினார்கள். நேற்று மதியக் காட்சியில் எவனோ

காசு தராமலே முட்டை வடையைச் 'சுட்டு'விட்டான். முனியினால் கண்டுபிடிக்க முடியவில்லை. முதலாளியிடம் சொல்லியதற்குக் கேட்கவில்லை. அவர் பேட்டாவில் கழித்துக் கொள்கிறேன் என்று திட்டினார். முனி போனபிறகு, பக்கத்திலிருந்தவர்களிடம், "அவன் தின்னுட்டுக் காணாமல் போச்சுன்னு பொய் சொல்றாண்ணே. இப்பவே இவன் இப்படி" என்றார். முனி கேட்டுக்கொண்டுதான் நடந்தான்.

முனிசாமி காசை எண்ணி முடித்தான். வடைகளை எண்ணினான். கணக்குச் சரியாக இருந்தது. "அப்பாடா இன்னைக்குக் கணக்குச் சரியாப் போச்சு" என்றான்.

சேகர், "உனக்கென்ன ஒரே அயிட்டம்தான். என் தட்டைப் பாரு. எது வித்துச்சு, எது விக்கலைன்னு எனக்குக் குழப்பமா இருக்கு. எங்கப்பா கணக்குப் போட்டுப் பார்த்து வையிறாரு. தினமும் எதாவது விட்டுப்போகுது. தினமும் கடலை மிட்டாய் ஒன்னு குறையுது. எப்படின்னே தெரியல" என்றான்.

பிறகு இருவரும் ஈயத் தட்டுக்களைத் தூக்கிக்கொண்டு கடைப்பக்கம் போனார்கள். முனி, கடைக்காரரிடம் மீதி வடையைத் தந்துவிட்டுக் காசைத் தந்தான். முதலாளி விற்காத வடைக்கு, வழக்கம்போல இரண்டு திட்டுத் திட்டினான். 'டேய் போடா. ஒரு நாளைக்கி உனக்குத் தெரியாமல் ஸ்டவ் அடுப்பில் தண்ணியை ஊத்தி ரிப்பேர் பண்ணுறேன்டீ' முணு முணுத்தபடி முனிசாமி தியேட்டருக்குள் போனான். முனி தினமும் வியாபாரம் முடிந்து சிறிது நேரம் படம் பார்த்துவிட்டுத்தான் வீட்டுக்குப் போவான். சேகருக்குப் படத்தைப் பாதியிலிருந்து பார்ப்பதற்குப் பிடிக்காது. ஆரம்பத்திலிருந்து விசில் அடித்துக்கொண்டு பார்க்க வேண்டும். 'படம் பார்க்க வேண்டும்' என்று அப்பாவிடம் சொன்னதற்குக் கோபமாகக் கையிலிருந்த ஒரு ரூபாய் ஒழக்கை எறிந்துவிட்டார். ஒழக்கு நேராகக் கண்ணில்பட்டு, கண்பட்டை வீங்கிவிட்டது. நாமக்கட்டியை உரசித் தடவிக்கொண்டான். அதிலிருந்து அப்பாவும் பிள்ளையும் முறைத்தபடி பேசிக்கொண்டார்கள். சேகர் நாட்களை எண்ணினான். இன்னமும் ஒரு வாரம்தான் இருக்கிறது. பிறகு பள்ளிக்கூடம் திறந்து விடுவார்கள். போன வருடம் போல அழுதுபுரண்டு, பட்டினி கிடந்து பள்ளிக்கூடத்தில் சேர்ந்துவிடலாம் என்று திட்டம் போட்டுவிட்டான். அதற்கும் சம்மதிக்கவில்லை என்றால் எலி மருந்தைக் குடிப்பதுபோல நடிப்பது என்ற யோசனையும் இருந்தது அவனிடம்.

சேகரின் அப்பாவை ஏமாற்றவே முடியாது. அவனது திட்டங்களை எல்லாம் தெரிந்துகொண்டு சினிமாப் படத்தின் வில்லன் மாதிரி சேகரைப் பழிவாங்கிவிட்டார்.

சேகருக்குப் பள்ளிக்கூடத்திற்குப் போக முடியாது என்ற கவலையைவிட அத்தை மகள் கஸ்தூரியைக் கல்யாணம் செய்து கொள்ள முடியாது என்னும் கவலைதான் அதிகமாக இருந்தது. அவள் ஊரில் ஆறு முடித்து ஏழாம் வகுப்பு போகிறாள். எட்டாவது முடியப் படித்தத் தன்னை கல்யாணம் செய்து கொள்ள முடியாது என்று சொல்லிவிட்டால் என்ன செய்வ தெனக் கவலையோடு வீட்டுக்குப் போனான்.

தியேட்டரின் வாசலைவிட்டு நடந்தபோது ஐஸ் . . . ஐஸ். . . ஐஸ்ஸே . . . என்ற சத்தம் கேட்டுத் திரும்பினான். தள்ளு வண்டியில் பாண்டியன் ஐஸ் கடைப் பெட்டியை வைத்துக் கொண்டு எதிரே நம்பி வந்துகொண்டிருந்தான்.

நம்பி இவனைப் பார்த்ததும், வண்டியை நிறுத்தி “ஐஸ் வேண்டுமா” என்று கேட்டு, பால் ஐஸ் ஒன்றைத் தந்தான். சேகர் ஐஸ் மேலிருந்த காகிதத்தை எடுத்துவிட்டுச் சாப்பிட்டான்.

“எங்கப்பா ஐஸ் கடைக்கு வேலைக்குப் போவ வேணா மின்னு சொல்லிட்டாரு”.

“பள்ளிக்கூடத்திற்கு அனுப்பப் போறாரா?” என சேகர், நம்பியிடம் வேகமாகக் கேட்டான்.

“இல்லை. சிவலிங்கம் காப்பிக் கடைக்குப் பையன்கள் வேணுமாம். அந்தக் கடைக்கு வேலைக்கு அனுப்பப் போறாரு. அந்தக் கடையில் மாதச் சம்பளம் தர்றாங்க. வாரத்துக்கு லீவு விட்டு, பேட்டா எல்லாம் தருவாங்கடா.” நம்பி பேசிக் கொண்டே ஐஸ் . . . ஐஸ் . . . ஐஸ்ஸே . . . என்று சத்தம் போட்டான். தியேட்டரின் முன்பாக ஐஸ் வாங்க யாரும் வரவில்லை. தள்ளுவண்டியில் தென்னங்குருத்து விற்றுக்கொண்டு வந்தவன் நம்பியைப் பார்த்து, “வண்டியைத் தள்ளுறியா, இல்லை ஐஸ்ஸை எல்லாம் எடுத்துக் கீழே போடட்டா” என்று திட்டினான். நம்பியும் சேகரும் பயந்தவர்களாக வண்டியைத் தள்ளிக்கொண்டு நடந்தார்கள்.

“தென்னங்குருத்து விக்குறவன் என்னையை பஸ் ஸ்டாண்டி லிருந்து விரட்டிட்டு வர்றான்டா” என்று அழுவதுபோலச் சொன்னான் நம்பி. பிறகு, “இந்த வருஷம் எங்கப்பா பள்ளிக் கூடத்திற்கு அனுப்பமாட்டாருடா. அவரே அனுப்பினாலும் நான் வேணாமின்னு சொல்லி விடுவேண்டா” என்றான்.

“ஏண்டா நம்பி?”

“நேத்து ராத்திரி கடன் தந்தவங்க எங்கம்மாவைத் திட் டிட்டுப் போயிட்டாங்க. அதுக்கும் ஏலக்காய்க் கடையில் வேலையில்லை. அடுத்த சீசனுக்குத்தானே கூப்பிடுவாங்க.

அதுவரை எங்கப்பாவும் எங்கம்மாவும் என்ன செய்வாங்க? அழுகையா வருதுடா சேகரு" என்றான் நம்பி.

நம்பியைப் பார்ப்பதற்குப் பாவமாக இருந்தது சேகருக்கு நம்பியைப் பார்க்கும் நேரமெல்லாம், 'நீ சென்றுவந்த இன்பச் சுற்றுலாவைப் பற்றி உன் நண்பனுக்குக் கடிதம் எழுது' கட்டுரை தான் ஞாபகத்திற்கு வரும். அவர்கள் இருவரும் ஒருவரை யொருவர் பார்த்துக்கொண்டு தள்ளுவண்டியைத் தள்ளினார்கள். மெயின் பஜாரைக் கடந்து சென்றபோது மாரியப்பன் வாத்தியார் இவர்களைப் பார்த்து "டேய் நம்பி நில்லுடா" என்றார்.

மாரியப்பன் வாத்தியார் சைக்கிள் கேரியரில் பெரிய பலாப்பழத்தைக் கட்டி வைத்திருந்தார். "என்ன லீவுக்குச் சம்பாதிக்க ஆரம்பிச்சுட்டீங்களாடா? ... நானும் உங்களை மாதிரித்தான் பலாப்பழத்தை வாங்கி விக்கிறேன். "டேய் நம்பி, நீ தாண்டா கிளாஸ் பஸ்ட் மார்க் வாங்கியிருக்கே ... நூறு ரூபாய் பள்ளிக்கூடம் திறந்ததும் தர்றேன்" என்று சொல்லிக் கொண்டே மாரியப்பன் வாத்தியார் அவர்களைக் கடந்து போனார்.

நம்பிக்கு 'வாத்தியார் பணத்தை இப்போதே தரக் கூடாதா' என்ற ஏக்கமிருந்தது. வாத்தியாருக்குக் கூழைக் கும்பிடு போட்டு விட்டுத் தள்ளுவண்டியைத் தள்ளினான். சேகர் அவனிடம் சொல்லிவிட்டு வீட்டுக்குப் போகும் சந்தில் நடந்தான்.

மார்க் குறைவாக எடுக்க வேண்டுமென சேகர் 'ரேடியோ தன் வரலாறு கூறுதல்' கேள்வியை எழுதியதை நினைத்தபோது அழுகையாக வந்தது நம்பிக்கு. அந்தக் கேள்வியை எழுதியதால் தான் சேகருக்கு இரண்டு மார்க் குறைந்துவிட்டது. சந்தில் நின்றுகொண்டு நம்பி அழுதபடி இருந்தான். ஒரு காகம் பறந்து வந்து ஐஸ் பெட்டியின் மேல் உட்கார்ந்து, வெறுமனே பெட்டியைக் கொத்தத் தொடங்கியது. நம்பி அழுகையையும் மீறி ஐஸ் ... ஐஸ் ... ஐஸ்ஸே ... என்று கத்தினான். காகம் பறந்து போனது.

2

பூங்காவின் ஞாயிற்றுக்கிழமை

சிறுவர் பூங்காவில் பிள்ளைகள் விளையாடிக் கொண்டிருந்த சமயத்தில், காவலாளிகள் சிலர் வைத்திய சாலையிலிருந்து யானையொன்று தப்பித்துவிட்டதாகச் சொன்னார்கள். பூங்காவில் நுழைவுக் கட்டணம் வசூலிக்கும் இடத்தில்தான் இத்தகவல் சுவாரஸ்யமாகவும் கவலையோடும் சற்று பயத்தோடும் பரஸ்பரம் பரிமாறிக்கொள்ளப் பட்டது. குழந்தைகளில் வயது கூடுதலாகயிருந்த விஜயா, தன்னுடன் வந்த பிள்ளைகளிடம் இதைச் சொன்னாள். பிள்ளைகள் அனைவரும் அன்று யானை விளையாட்டு விளையாட முடிவுசெய்து தம் பெற்றோருடன் பூங்காவிற்கு வந்திருந்தனர். இந்தத் தகவலைப் பற்றிப் பெற்றோர் எந்தக் கவலையும் அச்சமும் கொண்டிருக்கவில்லை.

நுழைவுக் கட்டணம் செலுத்திவிட்டு உள்ளே சென்ற போது நகரில் புதிதாகத் துவங்கியிருந்த பிரபலமான கடைகளின் விளம்பரங்களுடன் கூடிய வாழ்த்து அட்டைகளைத் தந்துகொண்டிருந்தனர். சற்று நின்று கையை நீட்டினால், வாழ்த்து அட்டைகள் இரண்டு மூன்று கூடத் தந்துவிடுவார்கள். ஆனால் குழந்தைகளின் குதூகலம் அட்டைகளைப் பெறவும் வாழ்த்துகளை ஏற்றுக்கொள்ளவும் மறுத்துவிட்டு ஓடச் செய்தது. முதலில் அவர்கள் யானையின் பின்பக்கத்தின் வழியாக ஏறி, வாய்வழியாக வெளியேறும் யானை குகைப் பாதையில் விளையாட முடிவுசெய்து ஓடினார்கள். யானை தன்னுடன் விளையாட அழைக்கிறதா? இல்லை வேண்டாமெனத் துரத்துகிறதா? தெரியவில்லை.

யானைக் குகை விளையாட்டிற்கு அதிகமாகப் பிள்ளைகள் காத்திருநதனர். நீண்ட வரிசையில் பிள்ளைகளுடன் பெரியவர்களும் இளைஞர்களும் சில பெண்களும்கூட நின்றிருந்தனர். கருப்பு வர்ணம் தீட்டிய பெரிய

ராட்சஸ வடிவிலான களிமண் யானை அது. அந்த யானையின் வால் பகுதியில் நுழைவதற்கென சிறிய கதவு போலிருந்த பகுதியின் வழியாக ஒவ்வொருவராகச் சென்றார்கள். யானையின் வயிற்றுக்குள் தவழ்ந்து தவழ்ந்து வாய்ப் பகுதி வழியாக வந்து வெளியே மணலில் குதித்துவிட வேண்டும். பகல் நேரத்தில் யானையின் வயிற்றுக்குள் சிறிது வெளிச்சம் இருக்கும். இரவு நேரத்தில் வயிற்றுக்குள்ளிருக்கும் வர்ண விளக்குகளை எரியச் செய்வார்கள். வர்ண விளக்குகள் போடுவதற்காகக் காத்திருப்பவர்கள்தான் ஏராளம். வால் பகுதியில் நுழைந்தவுடன் பிள்ளைகள் ‘ஹோ’வென்று சப்தம் எழுப்புவது போலச் சில நேரங்களில் பெரியவர்களும் இளைஞர்களும் பெண்களும்கூடச் சப்தம் எழுப்புவார்கள்.

பூங்காவின் காவலாளிகள் அவசரப் படுத்திக்கொண்டிருந்தனர். யானையின் வாயிலிருந்து மணல்தரையில் விழுபவர்களை அந்தக் காவலாளிகள்தான் தூக்கி நிறுத்தி நடக்கச் செய்தனர். விழுந்து எழுபவர்கள் சிலருக்குக் கண்கள் கூசியதுபோல முழித்து முழித்துப் பார்த்துக்கொண்டு நடந்தனர். விஜயா தன்னுடன் வந்த பிள்ளைகளுடன் பயமும் குதூகலமும் கூடியவளாக நின்றுகொண்டிருந்தாள். காவலாளிகள் வரிசையைச் சீர்செய்ய வரும்போது வரிசை நகர்ந்து, நீண்டு காட்சி தரும். காவலாளி அந்த இடத்தைவிட்டுச் சென்றதும் சற்றுக் குறுகுவது போலத் தோற்றம் உண்டாகும். விஜயாவிற்கும் அவள் ஸ்நேகிதிகளுக்கும் வரிசை நீண்டுகொண்டேபோவது வருத்தமாக இருந்தது. முன்னிற்கும் ஆட்கள் சீக்கிரமாக விளையாடிவிட்டுச் செல்லமாட்டார்களா... என ஏங்கினார்கள்.

வெய்யில் கூடிக்கொண்டு போனபோது அந்த இடத்தில் கூட்டம் அதிகமானது. பூங்காவினுள் காவலாளிகளுக்குத் தெரியாமல் வந்து கடலைப் பொரி விற்பவர்களும் ஐஸ் வண்டிக்காரர்களும் எப்படியோ கூட்டத்தின் அருகாமையில் பகிரங்கமாக விற்பனை செய்துகொண்டிருந்தனர். கூட்டத்தின் வரிசை நகரச் சற்றுத் தாமதமானது. கடலையும் ஐஸ்ஸூம் தின்பதற்கு ஆர்வமாக இருந்தவர்கள், சீக்கிரம் நகராமல் நின்றது விஜயாவிற்கும் தோழிகளுக்கும் எரிச்சலும் கோபமும் வரச் செய்தது.

விஜயாவிற்கு எரிச்சலாக இருந்தபோதிலும், அவள் தனக்கு முன்னிருந்தவர்களை எண்ணிக்கொண்டிருந்தாள். அவளைப் போலத்தான் தோழிகளும் எண்ணிக்கொண்டிருந்தனர். அவர்களது எண்ணிக்கை குழப்பமாக இருந்தது. அவர்கள் எண்ணியபோது ஒரே மாதிரியான எண்ணிக்கை வராமல், ஆளுக்கொன்றாக இருந்தது. திரும்பவும் வைத்தியசாலையில் யானையொன்று காணாமல் போய்விட்டதைப் பற்றிப் பொரிகடலைக்காரன்

அங்கிருப்பவர்களுக்கு ஞாபகப்படுத்துவது போலவும் மேற் கொண்டு இன்னொரு செய்தியையும் அவ்விடத்தில் தெரிவித் தான். அந்தச் செய்தி, 'ரயில்வே லைனைக் கடந்த யானையை ரயில் மோதிவிட்டது. யானை கால்களும் உடலும் துண்டுபட்டுத் துடித்தபடி இரத்த வெள்ளததில் கிடக்கிறது. உள்ளூர் தீயணைப்பு வீரர்களுடன், வெளியூர் தீயணைப்பு வீரர்களும் மத்திய காவல் படையினரும் யானையை மீட்டெடுக்க வந்துள்ளனர்' என்பது தான். உணர்ச்சிப்பூர்வமாக இந்தத் தகவலைச் சொன்னதும் குழந்தைகள் ராட்சஸ வடிவிலான அந்தக் களிமண் யானையைப் பார்த்தபடி, சோகம் கவிழ்ந்த முகத்துடன் பரிதாபமாக நின்றனர்.

ஆனால் அவர்களின் பெற்றோர் இச்சம்பவத்திலிருக்கும் துயரத்தையோ, குழந்தைகள் பரிதாபங்கொள்ளும் வகையில் அமைந்ததற்குக் கண்டனமோ வெளிப்படுத்தாமல் பொரிகடலை தின்பதும் ஐஸ்ஸில் வந்துள்ள புது வகைகளைத் தேடவுமாக இருந்தனர். மூளைக்கும் ஓய்வு தரப்பட்டுள்ள ஞாயிற்றுக்கிழமை யில், இப்படியாக யானையைப் பற்றிய துக்கத்தைப் பேச முடியாமல் போனது.

இந்த ஞாயிற்றுக்கிழமை குழந்தைகளின் துரதிருஷ்டம் யானையின் மரணத்தைக் கேட்டபடி களிமண் யானையுடன் விளையாடக் காத்துக்கொண்டிருப்பதுதான். பொரிகடலை தின்றபிறகு கசக்கி எறிந்த காகிதத்தைப் பொறுக்கிக்கொள்ளக் கூடையுடன் கிழவி வந்தாள். பூங்காவின் சிப்பந்திகளில் ஒருத்தி தான் அவள். காகிதங்களுடன் ஐஸ் டப்பாக்கள், உணவுப் பொட்டலங்கள், சில நேரங்களில் காதல் கடிதங்களையும் அவற்றின்மீது படிந்து காய்ந்துபோன கண்ணீர்த் துளிகளையும், குப்பைக்கூடையில் எடுத்துப் போட்டுக் கொண்டுபோனாள்.

காதல் ஜோடிகள் ஞாயிற்றுக்கிழமைகளில் அதிகமாக வருவார்கள். அவர்கள் பூங்காவின் கடைசிப்பகுதியில் அமைந் துள்ள புல் தரையில் அமர்ந்துகொண்டு, பிளாஸ்டிக் தென்னை மர விளக்கினைப் பார்த்துக்கொண்டே கனவுகளை வளர்த்தபடி இருப்பார்கள். கிழவி போன பிறகும் நிச்சயமாக அவ்விடத்தில் ஏதேனும் சில குப்பைகள் கிடக்கும். குப்பைகளைப் பார்க்கும் சிலர் உடனே கிழவியின் அஜாக்கிரதையையும் கவனக்குறைவை யும் விரிவாக எடுத்துப் பேசுவார்கள். அப்படிப் பேசிய பிறகுதான் அவர்களது பொறுப்புணர்ச்சி சற்றுக் குறையும்.

விஜயாவிற்கு முன்பாகப் பத்து நபர்கள் இருந்தனர். அவளது அம்மாவும் அப்பாவும் பின்னால் நின்றிருந்தனர். மணலில் குதிப்பவர்களின் கூச்சலும் வயிற்றுக்குள் செல்பவர்களின் 'ஹோ' வென்ற சப்தமும்தான் அங்கு நின்றிருந்தவர்களின் எரிச்சலான மனநிலையைப் போக்கியது. பெரியவர்கள் வரிசையில் நின்று

கொண்டு, வரும் வாரங்களில் சந்திக்கப்போகும் பிரச்சினை களைப் பற்றி யோசித்தபடி இருந்தபோது இந்தச் சப்தம்தான் சிந்தனையை அறுத்துவிடச் செய்தது.

தற்செயலாகத்தான் விஜயா பிரம்மாண்டமான களிமண் யானையைப் பார்த்தாள். அந்த பொம்மை யானையின் தந்தங் களுக்கும் கால் நகங்களுக்கும் சிவப்பு நிற வர்ணம் தீட்டப் பட்டிருந்ததைக் கவனித்தாள். விஜயா சற்று பயந்தே போய் விட்டாள். சிவப்பு நிறம் இரத்தம்போலத் தெரிந்தது. ரயில்வே லைனைக் கடந்தபோது, அடிபட்டு இறந்த யானைக்கும் இப்படித் தானே ரத்தம் சிவப்பாக இருக்குமென்று நினைத்துக் கொண் டாள். பூங்காவிற்குள் நுழைந்தபோதிருந்த குதூகலம் இப்போது இல்லை. யானைக் குகை விளையாட்டைக்கூட விளையாடாமல் வேறு எங்கேனும் பூங்காவிற்குள் சென்றுவரலாமென யோசித் தாள். ஆனால் அவளுடன் வந்த பிள்ளைகள் யானைக்குள் சென்று 'ஹோ' என்று கத்தி மணலில் வந்து விழவே ஆசைப் பட்டனர்.

விஜயாவின் பயமும் சோகமும் யானைக்குள் நுழைந்த போது முற்றிலுமாக மாறி இருந்தது. மணலில் குதித்தெழுந்த போது 'ஹோ'வென்று அவளையுமறியாமல் கத்தினாள். தொடர்ந்து சறுக்கிக்கொண்டு விழுந்த அவளது அம்மாவும் அப்பாவும் விஜயாவைப்போல இல்லையென்றாலும், வெட்கப் பட்டவர்களாகவும் அதே நேரத்தில் 'ஹோ'வென்று கத்தத் தெரியாதவர்களாகவுமாகக் கத்தினார்கள்.

யானை விளையாட்டு முடிந்தபோது, பகல் உணவுவேளை வந்திருந்தது. பிள்ளைகளின் பழைய உற்சாகம் திரும்பியது போல இருந்தது. அவர்களின் நடையிலும் பேச்சிலும் குதூ கலத்தின் சில அடையாளங்கள் தெரிந்தன. பூங்காவின் உணவு விடுதிக்குள் நுழைந்ததும், அவரவர் பெற்றோருடன் பிள்ளைகள் நாற்காலியில் அமர்ந்துகொண்டனர். விஜயாவுடன் வந்திருந்த தோழிகள் அவளிடமிருந்து பிரிந்து பெற்றோர்களுடன் இணைந்து கொண்டதைப்போல, விஜயாவும் தன் பெற்றோரைத் தேடிக் கைகளைப் பிடித்துக்கொண்டாள். ஹோட்டலுக்குள் நுழையும் போதே அவள் தனக்கு வேண்டியதைச் சொல்லிவிட்டாள். மதிய உணவு வேளையில் கூட்டம் அதிகமாக இருந்தது. சிலர் தட்டுகளை ஏந்தியபடி நின்றவாறு தின்றனர். பீங்கான் தட்டுகளின் உரசும் சத்தமும் ஆர்டர் செய்யும் குரலுமாக ஹோட்டல் பகல் வேளையில் இயங்கிக்கொண்டிருந்தது.

ஹோட்டல் சர்வர்கள்தான் பூங்காவில் இயங்கும் சின்ன ரயிலில் ஏற்பட்ட விபத்தை அப்போது அங்கிருந்தவர்களிடம் சொன்னார்கள். இந்த ஞாயிற்றுக்கிழமையில் விபத்து பற்றிய

செய்திகளையே தொடர்ந்து கேட்டுக்கொண்டிருக்கிறோமே என்ற துயரத்துடன் தங்களுக்கு வேண்டிய உணவுகளை ஆர்டர் செய்தனர். யானை விபத்தும் பூங்காவிலிருந்த சின்ன ரயிலில் ஏற்பட்ட விபத்தையும்விடத் தாங்கள் ஆர்டர் செய்த உணவுகள் வரத் தாமதமாவதைப் பற்றியும் உணவு இல்லை, தீர்ந்துபோய் விட்டது என்பதைக் கேள்விப்படும்போதும்தான் அவர்களது ஆத்திரமும் வேதனையும் வெளியேறியது. தங்களுக்கு உணவு கிடைக்காததால், பூங்காவினைப் பராமரிக்க அங்கிருந்த பெற்றோர் பலர் கலந்தாலோசித்தனர். பிள்ளைகளோ மிகவும் வருந்தியவர்களாகச் சின்ன ரயிலில் பிரயாணம் செய்ய முடியவில்லையே... என்னும் சோகத்துடன் உணவருந்தினர்.

'பூங்காவிலிருந்த சின்ன ரயில் வண்டியின் என்ஜினியர் கவனக் குறைவாக இருந்ததால், ஏற்பட்ட விபத்து அது' என்று ஹோட்டல் முழுவதும் பேசிக்கொண்டனர். மரக்கட்டைத் தண்டவாளங்கள் பெயர்ந்துவிடுமளவிற்கு விபத்தில் சேதம் உண்டாகியிருந்தது. 'பழுதைச் சரிசெய்து ரயிலை இயக்கக் குறைந்தபட்சம் ஒரு வாரம் ஆகுமெனத்' தகவல் பரவியது. குழந்தைகள் அழத்தொடங்கிவிட்டனர். சிலருக்குக் கோபம் வந்து தங்களுக்குத் தெரிந்த ஆபாசச் சொற்களில் ரயில் என்ஜினியரைத் திட்டினார்கள். அவர்கள் திட்டத் தொடங்கியதிலிருந்து, ரயிலில் பயணம் செய்யப் பிள்ளைகள் எவ்வளவு ஆர்வம் கொண்டுள்ளனர் என்பதைத் தெரிந்துகொண்ட பெற்றோர்கள், சாப்பிட்டு முடித்த களைப்பில் மரங்களின் கீழ் அமர்ந்தபடி புதிதாக, உண்மையான ரயில் பிரயாணத்திற்குத் திட்டமிட்டனர். காவலாளிகளுக்குத் தெரியாமல் புகைபிடித்துக்கொண்டே ரயில் பிரயாணங்களைப் பற்றியும் பிரசித்தி பெற்ற சுற்றுலாத் தலங்களைப் பற்றியும் பேசினார்கள். பெண்களுக்கு இந்தப் பேச்சு பிடிக்கவில்லை. சாப்பிட்டு முடித்தவுடன் கொண்டுவந்த பழைய அழுக்கான தினசரி செய்தித்தாள்களை விரித்துப் படுத்துக்கொண்டனர். குழந்தைகள் தாளில் ஒட்டியிருந்த காய்ந்து போன காய்கறி மற்றும் சப்பாத்தி மாவைச் சுரண்டி சுரண்டி எடுத்துத் தாளையே ஓட்டை போட்டுவிட்டனர்.

ஹோட்டலின் முன் 'காப்பி, தேநீர், பால் ரெடி' என்ற அறிவிப்புப் பலகையைச் சுவரில் சாய்த்துவிட்டுப் பணியாளர் சென்றபிறகுதான் அவர்கள் களைப்பு நீங்கியவர்களாக எழுந்து கொண்டனர். பின்மாலை நேரம் வந்ததும் கண்மூடித் திறப்ப தற்குள் பொழுது கழிந்துவிட்டதே... என்று முகங்கழுவிக் கொள்ளவும் பவுடர் பூசித் தலை சீவவுமெனப் பெண்கள் கழிப்பறைப் பக்கம் சென்றனர். ஏற்கனவே சென்று காத்திருந்த பெண்களின் நீண்ட வரிசையில் ஒருத்தி "நுழைவுக் கட்டணத் தைக்கூட இன்னமும் சேர்த்து வாங்கிக் கொண்டு, இன்னமும்

இரண்டு பாத்ரூம்களைக் கட்டித் தந்தால் என்ன?" என்று கால்வலியோடு சொல்லிக்கொண்டிருந்தாள். கழிப்பறையிலிருந்த சிறுமி, 'உள்ளே தண்ணீர் இல்லை' என்று கூவினாள். சிறுமியின் தாயார், தன் கணவனைச் சப்தமிட்டு அழைத்தாள். அவர் வந்து விசாரித்தவுடன் ஆத்திரம் கொண்டவராகக் காவலாளி களை அழைத்துவரச் சென்றார்.

மாலை விளக்குப் போட இன்னமும் சிறிது நேரம் இருந்தது. ராட்சஸ பிளாஸ்டிக் தென்னை மர விளக்கின்கீழ்க் கூட்டம் கூடத் தொடங்கிவிட்டது. தென்னை மர விளக்கினைச் சுற்றிக் காவலாளிகள் சிலர் நின்றிருந்தனர். 'குழந்தைகளே, பெரியவர் களே, மரவிளக்கைத் தொட்டுவிடக் கூடாது...' என்றபடி பாதுகாத்துக்கொண்டிருந்தனர். விஜயாவும் அவளது தோழிகளும் அங்குச் சென்றபோது, பூங்காவின் நுழைவு வாசலில் வர்ண விளக்குகள் எரிந்துகொண்டிருந்தன. விஜயா ரயில் பெட்டிகளைக் கடக்கும்போது ஏமாற்றம் கொண்டவளாகத்தான் இருந்தாள். ரயில் பெட்டியில் அமர்ந்து சுற்றுவதற்கும் சேர்த்துத்தான் நுழைவு கட்டணத்தில் பணம் பெற்றிருந்தனர். ரயிலைப் பழுது பார்த்துக்கொண்டிருந்தவர்கள் போதிய வெளிச்சம் இல்லை யென்று வேலை செய்யாமல் நிறுத்திவிட்டனர்.

ராட்சஸ பிளாஸ்டிக் தென்னை மர விளக்குகளை இப் பொழுதுதான் புதிதாக அமைத்துள்ளனர். அது பற்றி நகரம் முழுதும் போஸ்டர் ஒட்டியிருந்தனர். அந்த விளம்பரத்தைப் பார்த்துத்தான் விஜயாவின் பெற்றோர் பூங்காவிற்கு வந்திருந் தனர். பூங்காவில் யானை, ரயில், உணவு விடுதி, புல்தரை, வர்ண விளக்குகள், இவற்றுடன் புதிதாக பிளாஸ்டிக் தென்னை மரவிளக்கு ஒன்றும் இருக்கிறது. இசை நாற்காலிக்கு இரவு வெகுநேரம் காத்திருக்க வேண்டும் என்பதால் ஒருவரும் கலந்து கொள்வதில்லை. இருந்தபோதிலும் இரவு பூங்காவை மூடும் வரை இருந்துவிட்டுச் செல்வார்கள்.

கொத்துக் கொத்தாக பலூன்களைப் பறக்கவிட்டு தென்னை மர பிளாஸ்டிக் விளக்கை எரியவிட்டனர். வெளிச்சம் மஞ்சளும் பச்சையுமாக ஒளிரத் தொடங்கியது. தேங்காய்களுக்கு மஞ்சள் நிறத்திலும் தென்னை ஓலைகளுக்கும் மரத்திற்கும் பச்சை நிறத்திலுமாக விளக்குப் பொருத்தி எரியவிட்டிருப்பதைப் பார்க்கக் கூட்டம் கூடிவிட்டது. குழந்தைகளும் பெரியவர்களும் தங்களை மறந்தவர்களாகத் தலைநிமிர்ந்து மரத்திலிருந்து ஒளிர்ந்த வெளிச்சத்தையே பார்த்துக்கொண்டிருந்தனர்.

இரவு முழுமையாகக் கவிழத்தொடங்கியதும் மின்சாரம் தடைபட்டது. கூச்சலும் இளைஞர்களின் ஆபாசமான கத்தலும் இருட்டான பிரதேசத்தில் அலைவுற்றன. பெற்றோர் தங்களது

உடமைகளையும் பிள்ளைகளையும் கவனித்துக் கொண்டதோடு தேடவும் துவங்கினர். இரண்டு பிள்ளைகள் தொலைந்து போய் விட்டார்கள் என்று காவலாளியிடம் முறையிட்டுக்கொண்டிருந் தனர். குழந்தைகளின் அழுகை சப்தமும் அதைத் தொடர்ந்து சமாதானப்படுத்தவும் மிரட்டி அழுகையை நிறுத்தவுமெனப் பெற்றோர்கள் முயன்று கொண்டிருந்தனர். காவலாளிகள் உரத்த குரலில் 'இன்னமும் சற்றுநேரத்தில் கரெண்ட் வந்துவிடும்' என்றும் 'அமைதியாக இருங்கள்' என்றும் சிறிய புனல் வடிவ ஒலிபெருக்கியில் சொல்லியபடி நடந்துகொண்டிருந்தனர்.

காணாமல்போன பிள்ளைகளில் ஒன்று பழுதடைந்த ரயில் பெட்டிக்குள் தூங்கிக் கொண்டிருந்ததைக் கண்டுபிடித் தார்கள். பிள்ளையின் அம்மா, குழந்தையைப் பரிசோதித்து விட்டு வளையல்கள், செயின், தோடு, கொலுசு எதுவுமில்லாதது கண்டு அழத்தொடங்கிவிட்டாள். காவலாளிகள் என்ன செய்வது எனத் தெரியாமல் நின்றிருந்தனர். பிறகு ஜெனரேட்டர் இயக்குபவனைத் தேடிக்கொண்டு பூங்காவிற்குள் சென்றனர். அப்பொழுதுதான் அவன் மிஷினில் டீசல் ஊற்றிக்கொண் டிருந்தான். சிறிது நேரத்தில், ஜெனரேட்டர் இயக்கப்பட்டதும் வெளிச்சம் பரவத்தொடங்கியது.

டீசல் புகையும் மிஷின் சப்தமும் பூங்காவை வேறுபடுத்திக் காட்டியது. கண்கள் கூசும்படி வெளிச்சத்தைப் பார்த்து, திருப்தி யடைந்து, வழக்கம்போல மிஷினைப் பராமரிக்கத் தெரியாததைப் பற்றிப் புகாரும் குற்றமும் கூறிப் பேசினார்கள். தற்செயலாக அப்போதுதான் விஜயாவும் அவளது தோழிகளும் அந்த அற்பு தத்தைப் பார்த்தனர். அதை அற்புதம் அல்லது அதிசயம், உண்மை... என்று சொல்லித்தான் ஆக வேண்டும்.

யானையொன்று, ராட்சஸ களிமண் பொம்மை யானை யின் திறந்துகிடக்கும் பின் நுழைவாயிலில் ஏறுவதற்கு முயன்று கொண்டிருந்தது. பூங்காவே நடுங்கியபடி 'ஹோ'வென சப்தம் எழுந்ததைக்கூட அந்த யானை கண்டுகொள்ளவில்லை. விஜயா விற்கு அப்பொழுது காவலாளிகளின்மேல்தான் கவலை ஏற் பட்டது. 'மண்ணில் விழுந்ததும் தங்களைத் தூக்கிவிட்டது போல, யானையை அவர்களால், தூக்கிவிட முடியுமா?' என்பது தான் அது. ஆனால் அவளுக்கும் மற்றவர்களுக்கும் தெரிந் திருக்க வாய்ப்பில்லை – சிறிது நேரத்தில் அந்த ராட்சஸக் களிமண் யானை உடையப் போகிறது என்பதும், இனிவரும் ஞாயிற்றுக்கிழமைகளில் அதில் நுழைந்து விளையாட முடியாது என்பதும்.

உயிரெழுத்து மே 2009

3

பகலில் மறையும் வீடு

இந்திய நிலவியல் காட்சிகளின் விநோதங்களையும் அதிசய மனிதர்களையும் நேரில் கண்டு, திரட்டு ஒன்றைத் தயாரிக்கும் பொருட்டு நெல்லைச் சீமையில் ஆளுநர் மாளிகையில் தங்கியிருந்த மூன்று ஆங்கிலேயர்களுக்கு, மதுரை ஜில்லாவிற்குட்பட்ட பாளையம் பகுதியிலுள்ள ஒரு வீடு, பகல் பொழுதில் மறைந்து இரவில் மட்டும் காட்சி தருகிறது என்ற செய்தி கிடைத்தது. மூன்று ஆங்கிலேயர்களும் பிரயாணத்திற்குப் போதிய வசதிகளையும் பாதுகாப்பையும் பெற ஆளுநரிடம் அனுமதி பெற்றனர். பிறகு மூன்று குதிரை வீரர்களையும் டேவிஸ்சன் என்னும் மேஜர் தங்கியிருந்த பாளையப் பகுதியின் வரைபடத்தையும் பெற்று பயணத்தைத் தொடங்கினர். தொடர்ந்து ஏழு நாட்கள் பயணத்திற்குப் பிறகு மதுரைக்கு வந்து தங்கினார்கள். பிறகு மேஜர் இருந்த பாளையத்தை வந்தடைந்தனர்.

மூன்று ஆங்கிலேயர்களும் டேவிஸ்சன் முகாமிட்டிருந்த இடத்திற்கு வந்துசேர்ந்தபோது அதிகாலையாயிருந்தது. மேஜர் டேவிஸ்சனின் முகாமிலிருந்த அவரது மகன் பிலிப் தூங்கி எழுந்திருந்தான். தனது கூடாரத்தின் முன்பு காவலர்கள் நின்றிருப்பதைப் பார்த்தான். அதிகாலைக்குச் சற்றுப் பிந்திப் படுக்கையைவிட்டு எழுவது அவனது அன்றாடப் பழக்கம். மேஜர் டேவிஸ்சன் அவனுக்கு முன்பே எழுந்து அருவியில் குளிப்பதற்காகச் சென்றுவிடுவார். அந்தக் கிராமத்தில் திராட்சைத் தோட்டங்கள் அதிகமாக இருந்தன. விளையும் திராட்சைகளை மதுரைக்கும் நெல்லைக்கும் டேவிஸ்சனின் கீழ் பணி புரியும் வீரர்களும் கிராமத்தாரும் அனுப்பிக்கொண்டிருந்தனர். நாட்டுத் திராட்சையின் புளிப்பும் இனிப்பும்கூடிய சுவை ஆங்கிலேயப் பெண்மணிகளுக்குப் பிடித்திருந்தது. கோடை காலத் தொடக்கத்தில் விளையத்தொடங்கும்

திராட்சைகள். பனிக்காலம் தொடங்குவதற்கு முன்பு நிலத்திலிருந்து படர்ந்து மேலே செல்லும் திராட்சைக் கொடிகள் கருகத்தொடங்கிவிடும். பிறகு விளைச்சல் ஏதுமிருக்காது. பனிக்காலத்தில், அருவியின் கரையில் மீன்பிடிப்பார்கள்; மலர்ந்திருக்கும் ஏராளமான வெண் பூக்களைப் பறித்து ஆசையோடு தங்கள் குடும்பத்துப் பெண்களின் நினைவுகளோடு வைத்துக் கொள்வார்கள்.

மலைக் கிராமத்திற்கு வந்துசேர்ந்ததும், தனக்குக் கீழே பணிபுரிவோரிடம் கிராமத்துப் பெண்களிடம் பேசக் கூடாது என்றும் இந்தப் பகுதியிலுள்ளவர்கள் பில்லி, சூனியம் செய்வதில் திறமையானவர்கள் என்றும் டேவிஸ்சன் பிலிப்பை எச்சரித்திருந்தார். மகன் பிலிப்பிடம் தனியாகப் பேசிக்கொண்டிருக்கும் சந்தர்ப்பத்திலும் கிராமத்தினர் கண்கட்டு வித்தையில் கெட்டிக்காரர்கள் என அடிக்கடிச் சொல்லிக்கொண்டிருந்தார்.

தந்தையுடன் பிலிப் கடற்பிரயாணத்திற்கு வெஸ்ட்டன் கேவ் நகரிலிருந்து கிளம்பும்போது, அவனுடைய தாயும் சகோதரியும் கோதுமை ரொட்டியைத் தின்பதற்குத் தந்துவிட்டு, “தந்தை சொல்படி கேட்டு ஊருக்குத் திரும்பும்போது நிறையப் பொருட்களுடன் வர வேண்டும்” என்றார்கள். அப்போது பிலிப்பின் வயது பதிமூன்று. அவன் முகத்தையே பார்த்துக்கொண்டிருந்தாள் சகோதரி கேத்தரீன். அரசாங்கப் பணி முடிந்த பிறகுதான் தனக்குத் திருமணம் நடக்க வேண்டுமெனப் பிரார்த்தனை செய்துகொண்டிருந்தாள். கடற்கரையில் அவள் யாருடனும் பேசிக்கொள்ளவே இல்லை. அன்று அவளுடைய சிநேகிதிகள் நிறையப் பேர் வழியனுப்ப நின்றிருந்தனர். கேத்தரீன் தலைகுனிந்தபடியே வீடு திரும்பினாள். வீட்டில் போதிய அளவு கோதுமையும் பணமும் இல்லையென்ற வருத்தத்துடன் அவள் தாய் இருந்தாள். ஆங்கிலேயர்களின் சாதாரண காலாட்படை வீரராகச் சேர்ந்த டேவிஸ்சன் ஏழு வருடங்களில் மெஜூரா ஜில்லாவின் எட்டாவது ரெஜிமென்டிற்கு மேஜராகப் பதவி உயர்வு பெற்றிருந்தார். தினமும் பிலிப்பும் டேவிஸ்சனும் உணவருந்தும் வேளைகளில், தங்களது இல்லத்தில் இரண்டு பெண்களும் தனிமையாக இருக்கும் துயரத்தை நினைத்தபடி உணவு உண்பார்கள்.

பிலிப் தன்முன் நின்றிருந்த இரண்டு சிப்பாய்களைப் பார்த்தான். பிலிப்பின் தந்தை இல்லாத வேளைகளில் மட்டும் பிலிப்பிடம் ஏதேனும் செய்திகளை சொல்லும் பழக்கம் வீரர்களுக்கு இருந்தது. அவனிடம் அவர்கள் தாங்கள் இன்று அதிகாலையில் அதிசயமான வீடொன்றைப் பார்த்ததாகவும் அந்த வீடு இரவு முழுக்கக் கண்களுக்குத் தெரிவதாகவும் பகலில் கண்களுக்குத் தெரியாமல் மறைந்துவிடுவதாகவும் கூறினார்கள்.

பிலிப் ஆச்சரியமடைந்தவனாக, “இந்தச் செய்தி நேரில் கண்டதா துப்புச் சொல்பவர்களின் தகவலா” என்று கேட்டான். அவர்கள் இருவரும் “நாங்களே நேரில் கண்டோம். பகலில் தெரியாத வீட்டைப் பற்றித் தகவல் அறிந்து நெல்லைச் சீமையி லிருந்து மூன்று நபர்கள் வந்துகொண்டிருக்கிறார்கள்” என்றார்கள். பிலிப் இந்த இடத்திற்கு வந்து, இரண்டு வருடங்களுக்கு மேலாகி விட்டது. தனக்கு இது பற்றி ஒன்றும் தெரியவில்லையே என எண்ணியதோடு அவ்வீட்டைப் பற்றி அறிய வேண்டுமென்ற ஆர்வமும் கொண்டான். தந்தைக்குத் தகவல் சொல்லி வரவழைக் கலாமா அல்லது சில சிப்பாய்களுடன் நேரில் சென்று விசாரிக்க லாமா என யோசித்தான். பிலிப் திரும்பவும் சிப்பாய்களிடம் “வீட்டிலுள்ளவர்கள் காலைப் பொழுதில் எங்கே செல்கிறார்க” ளெனக் கேட்டான். வீரர்கள், “வீட்டில் யார் இருக்கிறார்கள் எனக் கவனிக்க முடியவில்லை. இருந்தபோதிலும், அப்பகுதியில் வசிப்பவர்கள் அனைவரும் நம் திராட்சைத் தோட்டங்களில் பணிபுரிபவர்கள்தான். சூரிய உதயத்தில் கிழக்குப் பக்கம் முகம் பார்த்திருக்கும் அந்த வீடு மறைந்துவிடுகிறது. அதேபோல் சூரிய அஸ்தமனம் முடிந்து இருளத் தொடங்கும்போது வீடு கண் களுக்குத் தெரிகிறது” என்றார்கள்.

பிலிப்பிற்கு ஆர்வமும் பயமும் ஒரு சேர மனத்தில் உண்டா யின. தனது தந்தை சொல்வது போல, சூனியக்காரர்களின் மாய வேலைதானா இது . . . என்று அவனாகப் பேசியபடி காலைக் குளியலுக்குச் சென்றான். தினமும் காலையில் குளித்த வுடன் அவனுடைய சகோதரி தந்த சிவப்பு வர்ணம் தீட்டிய சிலுவையைப் பார்ப்பான். மிகவும் சிறியதாகவும் உள்ளங்கை யளவு அடக்கமாகவும் இருந்த சிலுவையைப் பார்த்துக்கொண் டிருந்தபோது டேவிஸ்சன் அவனிருந்த கூடாரத்திற்குள் நுழைந் தார்.

பிலிப், வீரர்கள் சொல்லிய செய்தியைச் சொன்னதும் நம்பிக்கை இல்லாதவராக நகைத்தார். முகாமில் உட்கார்ந்துகொள் வதற்கெனச் செய்யப்பட்ட மூங்கில் நாற்காலியில் அமர்ந்து கொண்டார். அமர்ந்ததும் எழுந்த சத்தம், அந்தக் கூடாரத்திற்குள் துல்லியமாகக் கேட்டது. இந்தக் கிராமத்திற்கு வந்த மூன்று வருடங்களில் அனைவருமே உடற்சதை பிடித்து எடை கூடிவருவ தாக நினைத்தான் பிலிப். அருவி நீரின் இனிப்புகூடிய சுவையும் தினமும் உணவில் சேர்த்துக்கொள்ளப்படும் ஆட்டிறைச்சியும் அவர்களுக்கு மந்தத் தன்மையைச் சேர்த்திருந்தன.

டேவிஸ்சன் யோசித்தவராக, செய்தி கொண்டுவந்த வீரர்கள் இருவரையும் “தனது அனுமதியின்றி வேறு எங்கும் செல்லக் கூடாது” என்று கட்டளையிட்டார். அவருக்கும் பிலிப்பைப்

போல ஆச்சரியமும் கூடவே பயமும் உண்டானது. வீடு பகல் பொழுதில் மறைகிறதெனில் எவ்வளவு பெரிய மாய விளையாட்டு. நேரில் பார்க்கும்பொழுது எப்படி இருக்கும்? பகலில் அந்த வீடு எந்த உலகத்தில் இருக்கும்? இரவு நேரத்தில் கண்களுக்குத் தெரிகிறதென்றால் ஆச்சரியம்தான் . . .

டேவிஸ்சனைப் பார்ப்பதற்காக நெல்லைச் சீமையிலிருந்து வந்த மூன்று ஆங்கிலேயர்கள் கூடாரத்தின் வாசலில் நின்றிருந் தார்கள். அவர்கள் ஏற்கனவே டேவிஸ்சனைப் பற்றி நன்கு அறிந்திருந்தார்கள். டேவிஸ்சன் நெல்லையில் வேறு ரெஜிமென்ட் டில் இருந்தபோது அவர்களோடு பழகியிருந்தார்கள். குடிகாரர் களாகவும் ஊர் சுற்றுவதிலும் செய்திகளைத் திரட்டுவதிலும் தேர்ந்தவர்களாகவும் இருந்தார்கள். அவர்கள் பகலில் மறையும் வீட்டைப் பார்ப்பதற்காக வந்திருந்ததை அறிந்த டேவிஸ்சனுக்கு வியப்பாக இருந்தது.

மூன்று ஆங்கிலேயர்களுக்கெனத் தனியாகக் கூடாரம் அமைத்துத் தரப்பட்டது. காலையிலேயே திராட்சைப் பழங் களைக் கொண்டுவரச்செய்து சுவைக்கத் தொடங்கினார்கள். பிறகு அவர்கள் தாங்கள் பகலில் ஊருக்குச் செல்ல வேண்டுமென வும் அதிசய வீட்டைப் பார்த்துவிட்டு வர வேண்டுமெனவும் கூறினார்கள். டேவிஸ்சன் தனக்கு அதிலெல்லாம் நம்பிக்கையும் ஆர்வமும் இல்லை என்றும் பாதுகாப்புக்கும் ஆலோசனைக்கும் மூத்த வீரரையும் தன் மகன் பிலிப்பையும் அனுப்புவதாகவும் சொன்னார். “ஆனால் நீங்கள் இந்தப் பகுதிப் பெண்களுடன் மட்டும் பேசக் கூடாது. அவர்கள் பில்லி, சூனியம் செய்வதில் கெட்டிக்காரிகள்” என்றார்.

அவர்கள் மூவரும் டேவிஸ்சன் சொல்லியதைப் பொருட் படுத்தவில்லை. ஊருக்குள் செல்வதிலேயே ஆர்வம் கொண்டனர். டேவிஸ்சன் அவர்களுடன் பேசிய பிறகு தனது கூடாரத்திற்கு வந்து மூங்கில் நாற்காலியில் உட்கார்ந்துகொண்டார். மலை அருவிக் கிராமத்தின் வரைபடத்தையும் தனது நாட்குறிப்பையும் எடுத்துக்கொண்டார். வரைபடத்தில் மலை அருவிக்குப் பின் பாகக் காட்டைக் குறிப்பதாகச் சில மரங்களை வரைந்தார். நாட்குறிப்பில், தான் நேற்று சென்றுவந்த பாதையைப் பற்றிய விவரங்களை எழுதினார். பிறகு வரைபடத்தையும் குறிப்பேட்டை யும் மேஜைக்குள் வைத்துப் பூட்டினார். கூடாரத்தின் வெளியே வந்து நின்றுகொண்டு தன் முகத்திற்கு நேராகத் தெரியும் அருவி யைப் பார்த்தார். அதைப் பார்க்கப் பார்க்க அதன் சத்தம் அருகில் கேட்பதுபோலத் தோன்றியது. அருவியில் நின்று குளித்தது போல அவருக்கு உடல் குளிர்ச்சியடைந்தது. அருவியிலிருந்து தன் பார்வையை விலக்கிக்கொண்டார். அவர் மனம் அதைப்

பார்த்துக்கொண்டிருக்கவே விரும்பியது. அருவியை ஒட்டியுள்ள தோட்டங்களில் கனிந்த திராட்சைப் பழங்களைத் தின்று கொண்டே புல் தரையில் அமர்ந்தபடி அருவியைப் பார்க்க வேண்டுமென்ற அவரது விருப்பம் இன்னமும் நிறைவேறாமலிருந்தது.

2

"உங்களுக்குப் பல தடவை கடிதம் எழுதிவிட்டேன். ஏன் எங்களுக்கு நீங்கள் பதில் எழுதுவதில்லை? துறைமுக அதிகாரியிடம் நாங்கள் இருவரும் இந்தியாவிற்குச் செல்ல வேண்டுமென விண்ணப்பித்திருக்கிறோம். உங்களைச் சந்திக்க வேண்டுமென்ற ஆசை எனக்கும் நம் மகளுக்கும் நாள்தோறும் வளர்ந்துகொண்டேயுள்ளது. கேத்தரீன் வியாதி வந்தவள்போல உங்கள் இருவர் நினைவாக இருக்கிறாள். கல்யாண வயதடைந்த பெண்ணிற்குத் தினமும் ஒரு வேளையாவது நல்ல உணவு உண்ண வசதியைத் தந்தருளவில்லை நம் கடவுள். பிரார்த்தனைக்குச் செல்லும் வேளைகளில் தந்தையுடனும் சகோதரனுடனும் வரும் அவளது தோழிகளைப் பார்க்கும் சமயங்களில், கண்களில் நீர் பெருகப் பிரார்த்திக்கிறாள்.

மிகவும் கடுமையான வயிற்றுவலியால் நான் கடந்த வாரம் அவதிப்பட்டேன். மூன்று தினங்களாக உதிரப்போக்கு. வீட்டின் பின்பாக உள்ள தக்காளிச் செடிகளிலிருந்து பறித்து வந்த, பழங்களைக் கொண்டு ரசம் வைத்துத் தந்தாள் நம் அருமை மகள். சர்க்கரையும் உப்பும் கலந்து செய்திருந்தாள். நீங்கள்தானே கேத்தரீனுக்குச் சொல்லித்தந்தது. உங்கள் ஞாபகம் வரும் வேளையில் தன் நினைவுகளை இழந்தவளாக மாறி விடுகிறாள். என்னுடைய உடல் பலவீனமடைந்துகொண்டேயிருக்கிறது. டேவிஸ்சன், எட்டு வருடங்கள் கழிந்துவிட்டன, ஏன் நீங்கள் கடிதம் எழுதுவதில்லை? கம்பெனியின் கிளை அலுவலகத்தில் கேட்டேன். அவர்களின் பொறுப்பற்ற பதிலும் பரிகாசமும் அடிவயிற்றிலிருந்து ஆத்திரம் பொங்கிக்கொண்டு வரச்செய்கின்றன. நீங்கள் உள்ளூரிலேயே காலாட்படையில் சிப்பாயாக இருந்திருக்கலாம். எட்டு வருடங்களில் வந்துபோன குளிர்கால இரவுகளில் என் படுக்கையில் அருகாமையின் வெற்றிடத்தை என்னால் பொறுத்துக்கொள்ளவே முடியவில்லை. வீட்டிற்குப் பின்னால் உள்ள மரங்களில் இலைகள் உதிர்ந்து, திரும்பவும் இலைகள் தளிர்ப்பது போல அல்ல வாழ்க்கை என உணர்ந்துகொண்டேன் டேவிஸ்சன்.

இந்தக் கடிதத்தில் எனது அன்பான முத்தத்தையும் நமது வீட்டின் தோட்டத்திலுள்ள பூக்களின் வாசனையையும் சேர்த்து அனுப்புகிறேன்".

3

மூன்று ஆங்கிலேயர்களுக்கு உதவியாக உள்ளூரிலிருந்து பூதலிங்கம் என்பவனையும் பிலிப் மற்றும் வயதான வீரர் ஒருவரையும் அனுப்பியிருந்தார் டேவிஸ்சன். அவர்கள் பகல் பொழுதில் கிராமத்திற்கு வந்துசேர்ந்தனர். ஊரில் செம்மண் தூசி படிந்திருந்தது. மண்ணிலிருந்த வாசனையையும் வெயிலுக்கே உண்டான எரிக்கும் தன்மையையும் அவர்கள் உணர்ந்துகொண்டார்கள். ஆடுகளின் குரல வீடுகளில் கேட்டபடி இருந்தது. கூரையின் மேலிருந்த கோழிகள் சூடு தாங்காது மயங்கி விழுந்து மரங்களின் நிழலுக்கு ஓடின. நாய்கள் அந்நியர்களைக் கண்ட போதும், குரைக்காது நிழலைவிட்டு எழாமல் படுத்திருந்தன.

பூதலிங்கம் ஊரிலுள்ள அனைவரின் பெயர்களையும் அவர்களது அன்றாடப் பணிகளையும் தெரிந்துவைத்திருந்தான். 'பகலில் தெரியாமல் போகும் வீட்டில் யாரும் வசிக்கவில்லை யென்றும் தன்னுடைய தாத்தாவின் காலத்தில் அந்த இடத்தில் தான் கோட்டைச் சுவர் இருந்தது என்றும் வீட்டின் பின்வாசல் வழியாக நுழைந்து வீட்டைவிட்டு வெளியேறும்போது ஊருக்கு வெளியே இருப்போம் என்றும் முன்வாசல்வழியாக நுழைந்தால் ஊரின் மயானத்தை அடையலாம்' என்றும் பிலிப்பிடம் சொன்னான். பிலிப் அதைக் கேட்காதவன் போல நடந்து பகலில் தெரியாத வீடிருந்த இடத்திற்குச் சென்றான்.

வீடு இருந்ததற்கான எந்த அடையாளமும் இல்லாமல் இருந்தது நிலம். எவ்வளவு பெரிய மாய விளையாட்டு! இரவில் கண்ணுக்குத் தெரியும் வீடு, பகலில் தெரிவதில்லையே என ஆச்சரியமடைந்தவர்களாக அந்த இடத்தில் நின்றார்கள். ஆங்கிலேயர்களில் ஒருவனான கீல்வென் என்னும் இளைஞன், தெருவிலிருந்த பிற வீடுகளை ஒவ்வொன்றாகச் சென்று பார்த்து வந்தான். மறையும் வீட்டைத் தவிர்த்துப் பிற வீடுகளின்முன் வேப்ப மரமும் புங்கை மரமும் வளர்ந்து நின்றன. அவன் நின்றிருந்த நிலம் கடுமையான உழைப்பாளிகளால் சமன் செய்து இறுகியிருந்ததற்கான அடையாளம் கொண்டிருந்தது.

பிலிப்புடன் அவர்கள் மூவரும் முகாமிற்குத் திரும்பினார்கள். மதிய உணவுப் பொழுது கடந்திருந்தபோது, பசி மிகுந்திருந்தது. டொப்பி அரிசியின் மணம் அவர்கள் பசியைத் தூண்டியது. மண் பானையில் வடித்திருந்த சோறு சூடு குறையாமலிருந்தது. சிறிய ஓலைப் பெட்டியில் உப்புக் கண்டம் போட்டு வைத்திருந்தனர். ஆட்டுக் கறியைச் சுவைப்பதில் அதிகப் பிரியங் கொண்டிருந்தவர்கள் உப்புக்கண்டத் துண்டுகளைச் சுட்டுச் சுட்டுத் தின்றுகொண்டிருந்தனர். கீல்வென் தன் நண்பர்களிடம், 'அதிகாரத்தைவிடப் போஜனம்தான் கூடுதல் போதை தருவது என்பதை ஏற்றுக்கொள்கிறாயா?' எனக் கேட்டான்.

அன்று மாலை மூவரும் திராட்சைத் தோட்டங்களைப் பார்வையிடச் சென்றனர். அவர்கள் மூவருக்கும் ஏற்கனவே தேயிலைத் தோட்டங்களில் வேலைசெய்த அனுபவம் இருந்தது. பறிக்கப்பட்ட தேயிலைகளை மெஜுராவிற்கு ரயிலில் ஏற்றிவிடும் வேலையில்தான் கீல்வென் முதலில் அமர்த்தப்பட்டான். மலைப் பிரதேசங்களிலிருந்து அடிவார நகரத்திற்கு வந்துசேரும் தேயிலையை மரப்பெட்டிகளில் வைத்து ரயிலில் ஏற்றினார்கள். மலைப் பிரதேசத்தில் தோட்டத்தில் வேலைசெய்த சின்னப் பொண்ணுவைக் கீல்வென் விரும்பினான். கீல்வென், 'தான் சந்தித்த பெண்களிலேயே அவள்தான் பேரழகி' என இரவு குடிபோதையில் புலம்பியவனாகத் தனது அறையில் இருந்தான். சின்னப்பொண்ணுவைப் பற்றிக் கீல்வென் எழுதிய கவிதைகள் சக தோழர்களிடம் பிரசித்திபெற்றன.

கீல்வென் அவளை மணந்துகொண்டு, தனது கிராமத்துப் பண்ணை வீட்டிற்குச் சென்றுவிட வேண்டுமென விரும்பினான். அவன் பண்ணையில், விவசாயம் செய்வதற்கு நிறையப் பேர் இருந்தார்கள். பிரிட்டிஷ் கம்பெனியில் பணிபுரிந்தபடி, இந்திய நிலக்காட்சிகளைப் பார்க்கவும் இந்திய விவசாயத்தைக் கற்றுக் கொள்ளவும் தன் கிராமத்திலிருந்து வந்திருந்தான் அவன். வேலை முடிந்து திரும்பும்போது, அவள் பின்னாலேயே வீடுவரை செல்வான் கீல்வென். அவள் அவனைப் பொருட்படுத்துவதே இல்லை. சில தினங்களுக்குப் பிறகு மலைக் கிராமங்களில் பரவிய கடும் காய்ச்சல் கீல்வென்னையும் படுக்கையில் கிடத்தியது. தொடர்ந்து ஏழு தினங்கள் அவன் படுக்கையில் கிடந்தான். கோதுமைக் கஞ்சியும் மூலிகைச் சாறும் அவனுக்கு முகாமிலிருந்து தரப்பட்டன.

ஏழு தினங்கள் தன்னைப் பார்க்காமலும் பின்தொடராமலும் இருந்த கீல்வென்னை அவள் புரிந்துகொண்டாள். தன்னைப் பார்க்காதபோதுதான் அவன்மீதான அன்பு தன்னிடமும் இருக்கிறது என்பதை உணர்ந்தவள் யாருக்கும் தெரியாமல் அவனைப் போய்ப் பார்த்துவிட்டு வந்தாள். கறுப்புக் கம்பளி போர்த்தி உறங்கிக்கொண்டிருந்தவனைப் பார்த்தவள் வீட்டிற்கு வந்ததும், தன்னிடமிருந்த நாணயங்களை முடிந்து வைத்துக் கடவுளிடம் பிரார்த்தித்தாள். மலர் மொட்டவிழ்ந்து, இதழ் விரித்து, செடியில் இருப்பதுபோலக் கீல்வென்னின் நினைவுகள் முழுமையாக அவள் மனத்தில் மலர்ந்திருந்தன. தேயிலைத் தோட்டங்களில், அவன் வருகைக்காகக் காத்திருந்தாள். கூலி வாங்கிக்கொள்ளச் செல்லும்போது, அவனுடைய கூடாரத்தின்முன் புற்களை மேய்ந்துகொண்டு குதிரை நிற்பதைப் பார்ப்பாள்.

ஏழு தினங்கள் கழித்து மெலிந்த உடம்போடும் கண்களின் அடியில் கருமை படர்ந்தும் நடக்க முடியாமல் இரண்டு உதவியாளர்களுடன் சாரட் வண்டியில் வந்தான் கீல்வென். அவனைக் கண்டதும் ஆயிரம் காட்டுப் புறாக்கள் சிறகடித்துத் தன்னைத் தூக்கிச் செல்வதுபோலப் பிரமைகொண்டு நின்றாள் சின்னப்பொண்ணு. தன்னால் நிற்க முடியவில்லை என்பதைத் தெரிந்துகொண்டாள். இரண்டுமுறை உடையையும் கூடையையும் சரிபார்ப்பவள் போல, பாவனை செய்தாள். கீல் தன்னுடன் வேலை சம்பந்தமாக ஏதாவது பேசமாட்டானா ... என்று ஏங்கியவளாக நடந்துகொண்டிருந்தாள்.

கீல்வென் அவளைப் பார்த்தபடிதான் சாரட்டில் அமர்ந் திருந்தான். மேகம் கடந்து போகும்போது, குடையைப் போல நிழல் அவள் மேல் விழுந்து பின் நகர்வதைக் கவிதையாக எழுதக் குறிப்பெடுத்துக்கொண்டான். சின்னப் பொண்ணுவிடம் பேச வேண்டுமென்ற ஆர்வம் ஊறிக் கிடந்தது. இப்பொழுதே அவளை அழைத்துக்கொண்டு, தன் ஊருக்குச் சென்றுவிடக் கூடாதா ... என நினைப்பான். இரவில் ரொட்டி சாப்பிட மேஜையில் அமர்ந்திருந்தான். மெஜூராவிலிருந்து கொண்டுவரப் பட்ட புதிய மதுபானங்களுடன் அவனுடைய சக தோழர்கள் உற்சாகமாக இருந்தார்கள். மதுவும் மாமிசமும் முப்பது தினங்கள் சேர்த்துக்கொள்ளக் கூடாது என வைத்தியர்கள் அறிவுறுத்தியிருந் தார்கள். மீறும்பட்சத்தில் காய்ச்சல், விஷக் காய்ச்சலாக மாறும் அபாயம் வந்துவிடும் என்றார்கள். அவன் நண்பர்களில் ஒருவன் இன்று தேயிலைத் தோட்டத்தில் நீ சாரட்டில் செல்வதை உன் காதலி பார்த்தாள் என்றான். கீல் “உண்மையா?” என்று கேட்டான். பதிலுக்கு அவன் “நான் ஏன் பொய் சொல்ல வேண்டும். அவள் இன்று கருநீல நிறத்தில் மேலாடை அணிந்திருந் தாள், போதுமா” என்றான். ‘ஆமாம். அவள் இன்று எனக்குப் பிடித்தமான கருநீல நிறத்தில் மேலாடை அணிந்திருந்தாள்’ என்று தனக்குள் பேசிய கீல்வென் உற்சாகம் மிகுந்தவனாகப் புதிதாக வந்திருந்த மதுவைக் குவளையில் ஊற்றிக் குடித்தான். துவர்ப்பும் காரமும் கூடிய மதுவை இரண்டு முறை குடித்தான். பிறகு மயங்கிக் கீழே விழுந்துவிட்டான். மலைக் கிராமத்தில் மருத்துவர்கள் முன் சிகிச்சைசெய்து, மேல் வைத்தியத்திற்கு மெஜூரா அல்லது நெல்லைக்கு அனுப்பிவிடலாம் என முடிவு செய்தனர். பிறகு பாளையங்கோட்டை மருத்துவமனைக்கு அனுப்பலாம் எனப் பேசி இரண்டு மேல்கூடு கொண்ட சாரட் வண்டியில் உதவியாளர்களுடன் அனுப்பிவைத்தனர்.

பாளையங்கோட்டை மருத்துவமனையில் நாற்பது தினங்கள் படுக்கையில் கிடத்தி வைத்தியம் செய்தார்கள் ஆங்கிலேயே மருத்துவர்கள். நினைவு தப்பியிருந்தவனை மீட்டெடுக்க இருபது

தினங்களாகப் போராடினார்கள். பிறகு எழுந்து சகஜமாக நடமாடித் திரிய ஒரு வருடம் ஆகிவிட்டது. தான் உடனே சின்னப்பொண்ணுவைப் பார்க்க வேண்டுமென மலைக் கிராமத் திற்குக் கிளம்பினான்.

மலைக் கிராமத்தில் தன் தோழர்களைச் சந்தித்துக் கேட் டான். அவர்கள் சின்னப்பொண்ணு திருமணமாகி நகரத்திற்குப் போய்விட்டாள் என்றார்கள். காட்டில் தன்னை ஓநாய் தின்றி ருக்கக் கூடாதா அல்லது பாளையத்தில் மருத்துவர்களால் காப்பாற்ற முடியாமல் இறந்திருக்கக் கூடாதா என்று புலம்பி யவனாகத் திரும்பவும் நெல்லைக்கு வந்துசேர்ந்தான். சின்னப் பொண்ணுடைய நினைவுகளிலிருந்து தன்னை விடுவித்துக் கொள்ள நிலக் காட்சிகளின் அபூர்வத் தன்மையையும் விசித்திர மனிதர்களையும் பற்றிக் குறிப்பெடுக்கவென அலைந்து திரிந்தான். அவனுடன் எப்போதும் இரண்டு தோழர்கள் இருந்தார்கள். சின்னப்பொண்ணுவின் திருமணச் செய்திக்குப் பிறகு கீல் தொடர்ந்து மதுவருந்தியவனாக இருந்தான். வேறு பெண்களைப் பார்ப்பதைத் தவிர்த்துவந்தான். திராட்சைத் தோட்டத்தில் நின்றுகொண்டிருக்கும்போதுகூடச் சின்னப்பொண்ணுடைய ஞாபகம் வந்தது அவனுக்கு. இரண்டு வருடங்களுக்கு மேலாகி விட்டது. அவள் எங்கிருக்கிறாளோ என்ற வருத்தம் ஒவ்வொரு முறையும் வருவதுண்டு. நெல்லையிலிருந்து கிளம்பி இந்த மலைக் கிராமத்திற்கு வரும்வரை, வழியில் எத்தனையோ கர்ப்பிணிப் பெண்களையும் குழந்தையுடன் நடந்து செல்லும் பெண்களையும் பார்த்தான். அவர்கள் எல்லோரும் சின்னப் பொண்ணுவின் ஞாபகங்களைக் கொண்டு வந்தார்கள்.

4

திராட்சைத் தோட்டத்திலிருந்து திரும்பிவந்து டேவிஸ் சனின் கூடாரத்தில் மூங்கில் நாற்காலிகளில் அனைவரும் அமர்ந்துகொண்டார்கள். பிலிப்பும் அவன் தந்தையும் விரைவில் தங்களது ஊரான வெஸ்ட்டன் கேவ்விற்குச் சென்றுவிட வேண்டு மென்று விரும்பினார்கள். பிலிப்பைவிட டேவிஸ்சனின் கண் களில் குடும்பத்தின் ஏக்கம் அதிகம் தெரியத்தொடங்கிவிட்டது. வயதில் மூத்த வீரர் அவரது கண்களில் தெரிந்த உறவின் ஏக்கங்களைக் கண்டுகொண்டார். நாட்டைவிட்டும் வீட்டை விட்டும் இந்தியாவுக்கு வரும் ஆங்கிலேயர்கள் தங்களையும் உறவுகளையும் மறக்க வேண்டி தானே குடிப்பதும் பெண்களிடம் வன்கலவி கொள்வதுமாக அலைகிறார்கள் என மதுவை ஊற்றியபடி நினைத்துக்கொண்டார் அந்த வீரர்.

சூரிய அஸ்தமனம் தொடங்குவதற்குமுன் இரவில் தெரியும் வீட்டிற்குச் செல்ல வேண்டுமெனக் கீல்வென் சொன்னான்.

டேவிஸ்சன் தானும் அந்த வீட்டைப் பார்க்க ஆர்வமாக இருப்பதாகச் சொன்னார். அனைவரும் கிளம்புவதென முடிவு செய்தனர். டேவிஸ்சன் நெல்லைக்குத் திரும்பும்போது கீலுடன் பிலிப்பையும் அனுப்பிவிட வேண்டுமென நினைத்தார். பிலிப்பின் இளமையும் வேகமும் துடிப்பும் திராட்சைத் தோட்டங்களில் வெறுமனே கழிந்துகொண்டிருப்பதை அவர் விரும்பவில்லை.

திராட்சைத் தோட்டங்களில் வேலைக்கு வரும் பெண்களைக் கண்டு அவனது கனவுகள் வளர்ந்து கொண்டிருப்பதை அறிந்திருந்தார். தனிமையும் மதுவும் அவனது உடலைச் சிறுகச் சிறுக வலிமை குறையச் செய்திருந்தன. கீல்வென்னின் செல்வாக்கு பிரிட்டிஷ் அதிகாரிகளிடம் விஸ்தாரமாகப் பரவி இருந்தது. அவனது பேச்சுக்கும் செயலுக்கும் கவர்னர்கள் சிலர் மறுப்பேதும் சொல்லாது இருந்தார்கள். மேலும் தன் மனைவியையும் மகளையும் பிரிந்துவந்து எட்டு வருடங்கள் முடிந்துவிட்டன. உணவுக்கும் உடைக்கும் கஷ்டப்படும் வாழ்வு தான் இன்னமும் அவர்களுக்கு. தன் குடும்பத்தின் வறுமையைப் போக்கிவிட வேண்டுமென்ற வேகம் டேவிஸ்சனுக்கு இருந்தது. தன்னிடமுள்ள ஊதியத்தையும் சேமித்துவைத்துள்ள பொருட்களையும் வெஸ்ட்டன் கேவ்விற்கு அனுப்பிவைக்க விரும்பினார். பிலிப்பை ஊருக்கு அனுப்பிவிடக் கடந்த மூன்று மாதங்களாக முயன்று வந்தார். உலகளவில் போர் நடப்பதற்கான சூழ்நிலை அதிகரித்திருந்ததால் யாரையும் சொந்த ஊருக்குத் திரும்பவிடாது வைத்திருந்தனர்.

கீல்வென்னுடன் அனைவரும் கிராமத்திற்குச் சென்றனர். சூரியன் இன்னமும் மறைந்திருக்கவில்லை. மஞ்சள் நிறம் கிராமத்தின் மண் சுவர்களில் அப்பியிருந்தது. கீலுடன் அவன் நண்பர்களும் டேவிஸ்சனும் பிலிப்பும் சில வீரர்களும் சென்றிருந்தனர். அனைவரும் சற்றுநேரத்தில் தெரியவிருக்கும் வீட்டைக் காண ஆர்வமாக இருந்தனர். பூதலிங்கம் கீல்வென்னின் அருகாமையில் நின்றிருந்தான். வீட்டைப் பற்றித் தனக்குத் தெரிந்ததைச் சொல்லிவிட வேண்டுமென நினைத்தான். பிலிப்பும் அவன் தந்தையும் தனது சொல்லைக் காது கொடுத்துக் கேட்க மறுக்கின்றனர் என்னும் வேதனை அவனுக்கிருந்தது.

கீல்வென்னிடம், ரகசியமாக மாய வீட்டின் வாசல்களுக்குச் சென்றுவருவதைப் பற்றிச் சொன்னான் பூதலிங்கம். “வீட்டின் பின் வாசலின் வழியாக நுழைந்தால் வெளியேறும்போது ஊருக்கு வெளியே இருப்போம். முன் வாசல் வழியாகச் சென்றால் ஊரின் மயானக் கரைக்குச் சென்று பாதை முடியும்” என்றான் அவன். தான் ஏற்கனவே ஒருமுறை சென்றதைப் பற்றியும் பகலில் வீடிருந்த இடம் மாலைவரை பாதையாகவே இருந்ததையும் சொன்னான்.

பூதலிங்கம் சொன்னதைக் கேட்டதும், ஆச்சரிய மடைந்த வனாக "இதெல்லாம் உண்மையா?" என்று கேட்டான் கீல். அவனுக்கு இப்படியான அதிசயச் செய்திகள் புதிதல்ல. ஏற்கனவே நெல்லைச் சீமையில் இதைவிட அதிசயங்களைக் கேள்விப்பட்டும் நேரில் பார்த்துமிருக்கிறான். பகலில் மறைந்து இரவில் தெரியும் விந்தையை நேரில் பார்த்துவிட்டால் அதே போலத் தன் பண்ணையில் ஒரு வீட்டைக் கட்டி முடித்து விடலாம் என நம்பினான். மறைந்து பின் தெரிவது மாயமோ சூன்யமோ அல்ல. மாறாக அது கணிதக் கூறுகள் கொண்ட சூத்திரம் என நண்பர்களிடம் சொல்லிவந்தான்.

வெளிச்சம் மெதுவாக மேற்கில் சரியத் தொடங்கியபோது கண் சிமிட்டலுக்கும் குறைவான பொழுதில் அவர்கள் அனைவருக்கும் முன்பாக வீடு காட்சி தந்தது. தண்ணீரின் கலக்கத்தினூடே தெரியும் காட்சியைப் போல வீடு மங்கலாகத் தெரிந்து பின் துல்லியம்கொண்டபோது உணர்ச்சி மேலிட 'ஆ' என்று வாய் திறந்து கத்திவிட்டார்கள். இரண்டு வீரர்கள் வீட்டிற்குள் நுழைந்து சுற்றிப் பார்த்துவிட்டுத் திரும்பினார்கள். வீட்டில் யாருமே இல்லை. ஒரு பொருள்கூட இல்லை என்று சொன்னார்கள்.

கீல்வென்னும் அவனது நண்பர்களும் வீட்டிற்குள் சென்றார்கள். பின்னாலேயே டேவிஸ்சனும் பிலிப்பும் வீரர்களும் சென்றார்கள். வீட்டின் சுவர்களும் தரையும் சுத்தமாக இருந்தன. கீல்வென் ஆர்வமாக அவற்றை உள்ளங்கையால் தொட்டும் பார்த்தான். குளிர்ச்சியாக இருந்தது. வெயிலில் நின்றிருந்த சூடேயில்லை. யாரும் உபயோகப்படுத்தாததுபோலவே இல்லை. தினமும் பெருக்கிச் சுத்தம் செய்துவைத்ததுபோலிருந்தது. எந்தக் கணிதக் கூறுகள் அவ்வீட்டின் மறைந்து தெரியும் சூத்திரமாக மாறியுள்ளன என அறிய முயன்றான். அப்பொழுதுதான் பூதலிங்கம் சொன்ன விஷயம் ஞாபகம் வந்தது. அவன் சொன்னதைச் செய்துபார்க்க விரும்பினான். நுழைவுவாசல் கிழக்கு முகமாகவும் பின்வாசல் மேற்குமுகமாகவும் கட்டடம் அமைந்திருந்தது. கட்டடத்தின் நீளம், அகலத்தைக் கணக்கெடுக்கத் தொடங்கினார்கள். வீட்டில் வேறு அறைகளே இல்லாததன் ரகசியம் எதுவாகுமெனக் கீல் யோசித்தான். வீட்டின் பரப்பில் நான்கு திசைகளிலும் உயரமாகச் சுவர் எழுப்பி ஜன்னல்கள் வைத்திராமல் கட்டப்பட்டிருந்ததன் காரணம் என்னவென யோசித்தான்.

இரவு முழுமையாகியிருந்தது. இரவுப் பூச்சிகளின் சப்தம் ஓரிடத்தில் விட்டுவிட்டும், சற்றுத் தொலைவில் இடைவிடாமலும் கேட்டுக்கொண்டிருந்தது. அந்தப் பூச்சிகளின் சப்தத்தை டேவிஸ்

சன் அறிந்திருந்தார். அவற்றை அருவிக் கரையோரம் வளர்ந்த செடிகளில் காலைப் பொழுதில் பார்த்திருக்கிறார். அவற்றின் சப்தத்தை மிகவும் அருகாமையில் கேட்டும் அவற்றை நேரில் பார்த்துமிருக்கிறார். காலையில் அவற்றின் சப்தம் கலக்கமற்றுத் தெளிவாக, சந்தோசமாக இருப்பது போன்றும், இரவுப் பொழுதில் கேட்பதற்கு ஏனோ துயரம் கொள்வதாய் இருக்கிறதே எனவும் நினைத்தார். வீட்டின் வாசலில் வந்து நின்று கொண்டார் டேவிஸ்சன். தெருவிலிருந்த வீடுகளில், மண்சட்டி விளக்குகள் மட்டுமே மினுங்கிக்கொண்டிருப்பதைப் பார்த்தார். மரத்தில் மஞ்சள் நிறத்தில் பூக்கள் பூத்திருப்பதுபோல வீடுகளின் வாசல் தோறும் மண்சட்டி விளக்குகள் எரிந்துகொண்டிருந்தன. விளக்கு களின் வெளிச்சம் விழுந்து சுவர்கள் சிகப்பு நிறமாகத் தெரிந்து கொண்டிருந்தன.

பிறகு அவர்கள் அனைவரும் வீட்டினுள்ளே அதிகாலை வரை இருக்க முடிவுசெய்தனர். பிலிப்பும் சில வீரர்களும் ஊரின் எல்லையிலிருந்து மேற்கு நோக்கி நடந்துவர வேண்டும் என்றும் தன் நண்பர்கள் இருவரும் சில வீரர்களுடன் ஊரின் மயானக்கரையிலிருந்து கிழக்குத் திசையாக நடந்துவர வேண்டு மென்றும் கீல்வென் சொன்னான்.

அவர்கள் அனைவரும் சென்ற பின்பு டேவிஸ்சனும் கீல்வென்னும் மட்டுமே இருந்தார்கள். அவ்வீட்டின் வாசலில் அவர்கள் அமர்ந்துகொண்டார்கள். பிலிப்பும் தன் நண்பர் களும் வந்துவிட்டால், கட்டடத்தின் சூத்திர நுட்பம் தனக்கு விளங்கிவிடுமென நம்பினான் கீல்வென். நிலவின் தூய்மையான வெளிச்சம் வேப்பமரத்தின் இலைகளின் ஊடே தெரிந்ததைக் கீல்வென் பார்த்தான். மரத்தின் தளிர்களின் பசுமை அவனுக்குச் சின்னப்பொண்ணுவின் ஞாபகத்தை உண்டாக்கக்கூடியதாக இருந்தது. பசுந்தளிர் நிறம் போன்ற சின்னப்பொண்ணுடைய முகத்தை இன்னமும் மறந்துவிடவில்லை கீல்வென். தன் பண்ணை வீட்டைவிட்டு ஏன் இந்தியாவுக்கு வந்தோம்..? என ஒவ்வொரு நாளின் தொடக்கத்திலும் படுக்கையைவிட்டு எழும்போது வருத்தம்கொள்வான். தன்னை மட்டுமாவது இந்தமுறை கப்பல் பிரயாணத்திற்குச் சேர்த்துவிடுங்கள் என ஆளுநரிடம் சொன் னான். ஆளுநர், அவனது துயரத்தைப் புரிந்தவராக ஏற்பாடு செய்வதாகச் சொன்னார். ஊருக்குச் செல்லும் முன் சின்னப் பொண்ணைப் பார்த்துவிடும் சூழல் அமையாதா என ஏங்கி னான். அவனது ஞாபகங்களை ஊடறுத்து விழச்செய்வதுபோல, பிலிப்பும் வீரர்களும் மேற்கு வாசல்பக்கம் வந்து நின்றனர். பிலிப்பிற்கு ஆச்சரியமாக இருந்ததோடு மட்டுமல்லாது, வீட்டின் மாயத்தன்மையை நம்பத் தொடங்கினான். கீல் தன் நண்பர்களுக் காகக் காத்திருந்தான்.

தனது குறிப்பேட்டில் வீட்டை வரைபடமாக்கிக்கொண் டிருந்தவன், யோசனையைத் தீவிரப்படுத்தியவனாக, வீரனொரு வனை அழைத்து உயரமான மரத்தில் ஏறி வீட்டைச் சுற்றி அமைந்துள்ள அருகாமை வீடுகளின் தோற்றங்களைப் பற்றியும் பிற கட்டடங்களின் தோற்றங்களையும் பார்த்துவரச் சொன் னான். வீரன் மரமேறிக் கண்டு, இறங்கிவந்து சொன்ன தகவல் கீல்வென் குறிப்பேட்டில் வரைந்து முடித்திருந்த கட்டடங் களின் வரைபடத்தை ஒத்திருந்தது. வீரனிடம் படத்தைக் காட்டி "இதைத்தானே நீ மேலிருந்து பார்த்தாய்?" என்று கேட்டான் கீல். வீரன் "ஆமாம்" என்றான்.

மயானத்திலிருந்து வீட்டிற்குப் பிறர் வருவதற்குள், "ஏன் இந்த வீடு பகல்பொழுதில் மறைந்து நம் கண்களுக்குத் தெரியாமல் இருக்கிறது என்பதை, உணர்ந்து கொண்டேன் நான்" என்றான் கீல். டேவிஸ்சனும் பிலிப்பும் புரியாதவர்களாக விளக்கம் கேட்டனர். "திராட்சை அதிகம் விளையும் இந்த மலைக்கிராமம் நாம் கைப்பற்றுவதற்கு முன், பாளையத்துக்காரர்களின் வசமிருந் திருக்கலாம். ஊருக்கு வெளியே செல்வதற்கும் ஊருக்குள் நுழைவதற்கும் இந்த வீட்டின் வழியைப் பயன்படுத்த வேண்டி யிருக்கலாம். உண்மையிலேயே இது வீடல்ல. வீட்டின் தோற்றத் தில் சாதுரியமாகக் கட்டப்பட்ட நான்கு திசைகளுக்கான வாசல்தான் இது. வடக்கு, தெற்கு வாசல்கள் எப்போதும் அடைத்து வைக்கப்பட்டிருக்கின்றன. மேற்கிலும் கிழக்கிலும் மட்டுமே திறந்து மூடும் பழக்கமிருந்திருக்கிறது. இந்தக் கிராமத்தின் நீளம்தான் இந்த வீட்டு மதிலின் நீளம்".

"சரி . . . கீல்வென், கோட்டை மதிற்சுவர்போல என்று சொல்வதை ஏற்றுக்கொள்கிறேன். ஆனால் பகலில் மறைந்து விடும் ரகசியம்தான் என்ன?" டேவிஸ்சன் பொறுமையிழந்த வராகக் கேட்டார்.

"இந்த மதிலில் உங்களது உள்ளங்கையை வைத்துப் பாருங்கள்" என்றான் டேவிஸ்சன். தனது இரண்டு உள்ளங்கை களையும் மதிலின்மேல் வைத்தார். குளிர்ச்சியாக இருந்தது. தனது கையில் ஏதோ ஊர்வதுபோல உணர்ந்தவர் விடுக்கென்று எடுத்துக்கொண்டார். இரண்டு கைகளிலும் மின்மினிப்பூச்சிகள் நிறைய ஒட்டியிருந்தன. உதறி உதறிப் பூச்சிகளைக் கீழே விழச் செய்தார். பிறகு டேவிஸ்சனையும் பிற வீரர்களையும் உள்ளங் கையை வைத்த இடத்தைப் பார்க்கச் சொன்னார். இரண்டு உள்ளங்கை அளவு இடத்தினைத் தவிர்த்துவிட்டு சுவர் எழுப்பி யதுபோல இருந்தது. அனைவரும் புரியாதவர்களாக நின்றிருந் தனர். கீல்வென், "எதிரிகள் உள்ளே நுழைந்துவிடக் கூடாது என்பதற்காகக் கட்டப்பட்ட அபூர்வமான கோட்டைச் சுவர்.

திறமையும் நுட்பமும் கூடிய கலைஞன் செய்து முடித்திருக்கிறான். மின்மினிப்பூச்சிகள் இரவில் ஒளிர்வதைத்தானே பார்த்திருக்கிறோம். பகலில் ஒளிராத பூச்சிதான் அது. மின்மினிகள் இரவில் அமர்ந்துகொள்ளும் தன்மை வாய்ந்த மரமொன்று உள்ளது. அதன் பட்டைகளையும் செடிகளையும் வேர்களையும் இலைகளையும் அரைத்துச் சாறுபிழிந்து மண்ணில் கலந்திருக்கின்றனர். அந்த வாசத்திற்கு மின்மினிகள் கோட்டையை நோக்கி வந்தமர்கின்றன. அவற்றின் வெளிச்சத்தால் நமக்குச் சுவர்கள் கண்களுக்குப் புலனாகின்றன. காலையில் நம் கண்களுக்குத் தெரியாதபடி இருப்பதற்குக் காரணம், ஒன்றே ஒன்றுதான். பாதரசத்தையும் கரும்பாறையில் மின்னும் தகடுபோன்ற கல்பிசினையும் கலந்து சுவரெழுப்பிப் பகல்பொழுதில் கண்கள் கூசச்செய்து சுவரை மறைத்திருக்கின்றனர். வெயிலில் பாதரசம் உருகி ஆவியாகிவிடாதபடி ஏதோ மூலிகையைக் கலந்திருக்கின்றனர்" என்றான்.

கீல்வென் இத்தனை நுட்பமாக இவ்வீட்டை ஆராய்ந்திருக்கிறானே என்ற வியப்பு மேலிட்டது டேவிஸ்சனுக்கு. இருந்தபோதிலும் பகலில் மறைந்திருக்கும் ரகசியத்தை நம்ப முடியாதவர்களாகவும் கீல் சொன்ன காரணத்தை ஏற்க முடியாதவர்களாகவும் அங்கிருந்து முகாமிற்குச் சென்றனர்.

கீல்வென்னும் அவன் நண்பர்கள் இருவரும் இரவு அருவியில் குளிக்க வேண்டுமெனப் புறப்பட்டுச் சென்றனர். மதுவை அருந்தியபடியே அருவியில் குளிப்பது அவர்கள் மூவருக்குமே பிடித்தமானதாக இருந்தது. கீல்வென் தான் பகலில் மறையும் ரகசிய சூட்சுமத்தை அறிந்துவிட்ட சந்தோசத்தில், திராட்சைப் பழங்கள் ஊறிய மதுவைக் குடித்தபடி அருவியில் நின்றான். அவனுடைய நண்பர்கள் கரையிலிருந்த பாறையில் அமர்ந்தபடி மதுவைப் பருகிக்கொண்டிருந்தனர். கீல் குளித்தபடியே அருவியின் வலதுபக்கமாகப் பார்த்தான். ஒரு விருட்சம், நட்சத்திரத்தைப்போல மின்னிக்கொண்டிருந்தது. தன் நண்பர்களின் பெயர்களைச் சொல்லி கைநீட்டிப் பார்க்கச் சொன்னான். ஜோதி விருட்சம், அமாவாசைக் காலங்களில் நடு இரவுக்கு மேல் தெரியும் ஜோதி விருட்சம். அதிசயித்து நின்றவர்கள், கீல்வென்னைக் கட்டிக்கொண்டு, "அற்புதம் கீல், அற்புதம் கீல்" என்றார்கள். இதற்காகத்தானே ஐந்து வருடங்களாக நாடோடியாகத் திரிந்துகொண்டிருக்கிறேன் என்றபடி தன் ஆடைகளை முழுக்கக் களைந்துவிட்டு விருட்சம் நோக்கி நடந்தான் நண்பனொருவன்.

அந்த இருட்டில் அதன்பிறகு அவனைக் கண்டு பிடிக்கவே முடியவில்லை. மறுநாள் காலையிலும் தொடர்ந்து மூன்று

நாட்கள் தேடியும் கீல்வென்னின் நண்பனைக் கண்டுபிடிக்கவே முடியவில்லை. அவனது நினைவாக அன்றைய இரவு அவன் விட்டுச்சென்ற உடைகள் மட்டுமே அவர்களிடமிருந்தன.

5

"எனதருமைத் தந்தை அவர்களுக்கு, நீங்களும் என் சகோதரனும் நலமாக இருக்க வேண்டுமென்று கடவுளிடம் பிரார்த்திக்கிறேன். நீங்கள் இருவரும் எப்போது வெஸ்ட்டர்ன் கேவ்விற்கு வருவீர்கள். மாற்றிக்கொள்ள வேறு உடுப்புகள் இல்லை. கோதுமை மாவும் சர்க்கரையும் தீர்ந்துவிட்டன. நீங்களும் நானும் வீட்டிற்குப் பின்னால் தக்காளிச்செடி ஒன்றை நட்டுவைத்தோமே, ஞாபகமிருக்கிறதா அல்லது எங்களைப் போல அச்செடிகளையும் மறந்துவிட்டீர்களா? (மன்னியுங்கள், அவ்வளவு கோபம் உங்கள் மீது.) நன்கு வளர்ந்து காய்க்கத் தொடங்கிவிட்டது. காய்கள் செடியிலேயே பழுத்துவிடுகின்றன. காலை உணவாக தக்காளிப் பழங்களில் உப்பிட்டு, உண்கிறோம். உங்களது அன்பைப் போலவும் தம்பியின் அன்பைப் போலவும் தக்காளிச் செடியின் அன்பும் இப்போது எனக்குக் கிடைத்துவிட்டது. பிரார்த்தனைக்கென ஞாயிற்றுக் கிழமை சென்றிருந்தோம். வழியில் முத்து மாலையுடன், படிக உருண்டைகளை வைத்துக்கட்டிய மாலையை விற்றுக்கொண்டிருந்தனர். இந்தியாவில் சொற்பவிலையில் கிடைக்குமாமே . . . வாங்கித் தாருங்களேன் அப்பா.

கோதுமை மாவு இல்லாதபோது, பசி மறந்த வேளையில் வேதனை மறந்து அலங்காரப் பொருட்களைப் பற்றிப் பேசுகிறேன். நீங்கள் எப்போது வருவீர்கள் தந்தையே? தம்பியைப் பார்த்து எட்டு வருடங்கள் கழிந்துவிட்டன. அவனுடைய நண்பர்கள் சிலர் லண்டனுக்குச் சென்று படிக்கின்றனர். சொன்னால் நம்பமாட்டீர்கள். ஒருவனுக்குத் திருமணம்கூட முடிந்துவிட்டது. அவன் தன் மனைவியுடன் ஞாயிற்றுக் கிழமை தேவாலயத்திற்கு வந்திருந்தான். என்னிடம் அம்மா சொல்கிறாள், "தந்தையும் சகோதரனும் ஊருக்கு வந்ததும் உன்னுடைய திருமணம்தான்" என்று. உண்மையா அப்பா? நீங்கள் எப்போது வருவீர்கள்? கடற்கரையில் உங்களுக்காகக் காத்திருப்பேன் அப்பா. கப்பல் ஹார்ன் சப்தத்தில் உங்களை 'அப்பா, அப்பா' என்று சப்தமாக அழைப்பேன். கடற்கரையில் தம்பியைக் கட்டிக்கொண்டு அன்பாக முத்தம் தருவேன். நீங்கள் எப்போது வருவீர்கள் அப்பா?"

6

கீல்வென்னும் பிலிப்பும் நெல்லைக்குச் சென்ற மூன்று தினங்களுக்குப் பிறகு, மலைக் கிராமத்தில் திராட்சைத் தோட்டங்

களில் விஷக்காற்று பரவிச் செடிகள் கருகத் தொடங்கின. தொடர்ந்து சிலருக்கு வாந்தியும் வயிற்றுப் போக்கும் காய்ச்சலும் கண்டது.

டேவிஸ்சன் தன் மகனை நெல்லைக்கு அனுப்பியது நல்ல காரியமெனத் தனக்குள் பேசிக்கொண்டார். கீல்வென் அவரிடம் உறுதிசெய்திருந்தான். தான் எப்படியாவது, அடுத்த கப்பல் பிரயாணத்தில் பிலிப்பை வெஸ்ட்டர்ன் கேவ்விற்கு அனுப்பி விடுவதாகவும் தான் செல்லவில்லையென்றாலும், பிலிப்பை நிச்சயம் அனுப்புவதாகவும் உறுதி அளித்திருந்தான்.

மலைக்கிராமத்தில், விஷக்காய்ச்சல் பரவிவிட்டது என்று மருத்துவர்கள் சொன்னார்கள். அனைவரும் வீட்டிற்குள் படுத்துக் கிடந்தனர். திராட்சைப் பழங்கள் காற்றிலும் பனியிலும் வாட்டம் கொண்டு அழுகத்தொடங்கின. ஒரு குழந்தை இறந்துபோன தாகத் தகவல் வந்தபோது முகாமில் சிப்பாய் ஒருவனுக்குக் காய்ச்சல் கண்டது. அவனது புலம்பலும் குளிரில் வேதனை யுடன் முனகுவதும் அனைவருக்கும் துக்கத்தை வரவழைத்தன. விஷக்காய்ச்சல் மேலும் பரவக் கூடாது என மருத்துவர்கள் தந்த கஷாயத்தைக் குடித்தார்கள்.

பிலிப் வெஸ்ட்டர்ன் கேவ்விற்குப் போய்ச் சேர்ந்துவிட வேண்டுமென்று இரவில் டேவிஸ்சன் கடவுளிடம் வேண்டிக் கொண்டார். அவர் கடவுளின் முன் பிரார்த்தனையில் இருந் ததை, நெடுநாட்களுக்குப் பிறகு அப்போதுதான் வீரர்கள் பார்த்தனர். விஷக்காய்ச்சலுக்குப் பயந்து அருவியைத் தாண்டி யுள்ள காட்டில் சென்று சிலர் தங்கியிருக்கத் தொடங்கினார்கள். டேவிஸ்சன் கிராமத்திற்கு வந்த புதிதில், காட்டிற்குச் சென்று திரும்பியிருக்கிறார். கிராமத்தினர் மூலிகைச் செடிகளுக்காகவும் பறவைகளின் மாமிசத்திற்காகவும் செல்வார்கள். டேவிஸ்சன் இரண்டு தினங்கள் தங்கியிருந்துவிட்டு வந்துவிடலாமெனச் சென்றார். இரவில் கூடாரம் அமைத்துத் தங்கிக்கொள்ள வீரர்களும் சென்றனர்.

அவருக்கு அமைத்துத் தந்த கூடாரத்தில் முன்னாலிருந்து பார்த்தபோது அருவியின் பக்கவாட்டுத் தோற்றம் தெரிந்தது. காட்டின் அமைதியில் அருவியின் சப்தத்தைக் கேட்டவாறு அமர்ந்துகொண்டார். இரவு உணவுக்கு வீரர்கள் அழைத்தபோது தான் அவர் தீப்பந்தங்களின் நடுவே, காட்டு மரங்களின் கீழ் அமர்ந்தபடி சாப்பிட வேண்டுமென விரும்பினார். கொஞ்சம் மதுவும் ரொட்டித் துண்டுகளும் நிறையப் பழங்களும் கொண்டு வருமாறு வீரனிடம் சொன்னார்.

மதுவைக் குடித்துக்கொண்டே எதேச்சையாகத் தனது பின்பக்கமாகப் பார்த்தார். தன்னையே மறந்தவராக வீரர்களைக்

கூவி அழைத்தார். கீல்வென் சொன்ன இடத்திற்குத் தாங்கள் வந்துசேர்ந்திருப்பதைப் பார்த்த மற்ற வீரர்களும் முதன்முறை யாக ஜோதி விருட்சத்தைப் பார்த்தார்கள். மூன்று வீரர்களுடன் டேவிஸ்சனும் குடித்துக்கொண்டிருந்த மதுக்கோப்பையுடன் நடந்து சென்றார்.

மூன்று தினங்களுக்கு மேலாக டேவிஸ்சனைக் காணாது, வயதில் முதிய வீரர் முகாமிலிருந்த அனைத்து வீரர்களையும் அழைத்துக்கொண்டு தேடினார்.

அவர்கள் தொடர்ந்து பல இடங்களில் தேடியும் அவரைக் கண்டுபிடிக்க இயலவில்லை. நெல்லை ரெஜிமென்டிற்குத் தகவல் தெரிவித்தனர்.

பிலிப் மதராஸிலிருந்து ரயில் மார்க்கமாகத் தலைமை யிடத்திற்கும் பின் கப்பலேறவும் கீல்வென் ஏற்பாடு செய்திருந் தான். பிலிப் மதராஸ் பட்டணத்தைச் சென்றடைந்தபோது, வெஸ்ட்டர்ன் கேவ்விலிருந்து கேத்தரினும் அவளது தாயும் இந்தியப் பிரயாணத்திற்குத் தேர்வு செய்யப்பட்டு, கப்பல் பயணத்திற்கெனத் தயாராகிக்கொண்டிருந்தனர்.

கேத்தரீன் அப்போது சிவப்பு வர்ணம் தீட்டிய சிறிய சிலுவையை உள்ளங்கையில் வைத்திருந்தாள்.

காலச்சுவடு ஜனவரி 2009

4

மூன்று காதல் சம்பவங்கள்

ஒன்று

வத்சலா தான் படித்துக்கொண்டிருந்த நாவலை மூடி வைத்துவிட்டு நாற்காலியிலிருந்து எழுந்து நின்றாள். காதல் கடிதம் பெற்றுக் காதலிக்காமல் கடந்துவந்த தன் வாலிபத்தின் சில நாட்களாவது தனக்குத் திரும்பவும் கிடைக்காதா ... என்ற ஏக்கம் இன்றும் வரத்தான் செய்தது. ஜன்னலின் திரைச்சீலையை விலக்கித் தெருவையும் வீட்டையும் கடந்துபோகும் வாகனங்களைப் பார்த்தாள். எதிர்வீட்டின் வாசலில் இரண்டு இளைஞர்கள் அமர்ந் திருந்தனர். அவர்கள் தன் மகள் வருகைக்காகத்தான் காத்திருக்கிறார்கள் என்பது வத்சலாவுக்குத் தெரியும். எதிர்வீட்டுப் பையனின் நண்பன் தன் மகளைத் தினமும் கல்லூரிக்குப் போகும்போதும் திரும்பி வீட்டிற்கு வரும் போதும் பார்ப்பதற்கு வாசலில் அமர்ந்திருப்பதை அறிந்து வைத்திருந்தாள். ஆனால் வத்சலாவின் மகள் அன்று கல்லூரியிலிருந்து வழக்கமாக வரும் நேரத்திற்கு முன்பே வந்துவிட்டாள். தனது தேர்வு முடிவுகளை அறியும் பொருட்டு பிரவுஸிங் சென்டருக்குச் சென்றிருக்கிறாள். கல்லூரியிலிருந்து வரவில்லை என நினைத்துக்கொண்டு இருவரும் வாசலில் அமர்ந்து பேசிக்கொண்டிருந்தனர்.

வத்சலாவுக்கு யாரும் காதல் கடிதம் தந்ததில்லை. அதே போலத்தான் அவளும் யாரையும் காதலிக்கவு மில்லை. திருமணத்திற்குப் பிறகு நகரப் பேருந்தில் வண்டி யூர் மாரியம்மன் தெப்பக்குளத்திற்கு அவளை சண்முக வேல் அழைத்துச் சென்றார். சண்முகவேல், அவளைத் திருமணம் செய்துகொண்ட இரவு வத்சலாவிற்கு மிகவும் பிடித்த படம் என்னவெனக் கேட்டார். அவள் 'திருவிளை யாட'லும் 'பாதாள பைரவி'யும் என்றாள். அன்றைய நாளில் பிரபல்யமாக ஓடிக்கொண்டிருந்த புதிய படங் களைப் பற்றி ஏதுமறியாதவளாக இருந்தாள் வத்சலா.

சற்று நேரத்திற்குப் பிறகு வத்சலாவின் மகள் சுவேதிகா வந்தாள். பிரவுஸிங் சென்டரிலிருந்து குறித்துக்கொண்டுவந்த மார்க்குகளைத் தன் அம்மாவிடம் காட்டினாள். சுவேதிகா மாடிக்குச் சென்று படிக்கப்போவதாகக் கூறிவிட்டுச் சென்றாள். சிறிது நேரத்தில் கரெண்ட் கட்டாகிவிடும் என்பதால் வாசல் கதவைப் பூட்டிவிட்டு நாவலைப் படிக்க ஆரம்பித்தாள். சண்முக வேல் அலுவலகம் முடிந்து வரும் நேரம்தான் என்றாலும் ஏதாவது நகைக்கடையில் அமர்ந்து பேசிக்கொண்டிருந்துவிட்டுத் தான் வீடு திரும்புவார். அவருடன் படித்த நண்பர்கள் பலரும் நகைக்கடை வைத்திருந்தனர். சண்முகவேல் வருவதற்கும் கரெண்ட் கட்டாவதற்கும் சரியாக இருக்கும். கரெண்ட் போவ தற்கு இன்னமும் சிறிது நேரம்தான் இருக்கிறது.

சண்முகவேல் வீட்டிற்கு வந்ததும், தன் பையிலிருந்த புதிய கடிகாரத்தை எடுத்துத் தந்தார். அந்தப் புதிய கடிகாரம் பெண் களுக்கானது. சுவேதிகாவிற்குத்தான் கடிகாரம் வாங்கி வந்திருக் கிறார் எனப் பார்த்தபடி இருந்தாள்.

அந்தக் கடிகாரத்தின் நொடிமுள் பொதுவாக எல்லாக் கடிகாரத்தையும் போலச் சுற்றுவதற்குப் பதிலாகத் தலைகீழாகச் சுற்றியபடி இருந்தது. வத்சலா ஆர்வமாகக் கடிகாரத்தைக் கட்டிக்கொண்டாள். அப்போது மின்சாரம் தடைபட்டது.

வத்சலா 'திருவிளையாடல்' படத்தை அவளது அம்மா வுடன் சேர்ந்து பார்த்துக்கொண்டிருந்தாள். "சக்தியில்லையேல் சிவம் இல்லை ..." என்று ஓடிக்கொண்டிருந்த படம், கரெண்ட் இல்லாமல் பாதியிலேயே நின்றுவிட்டது. விசில் சப்தத்தின் ஊடே "முருகா, கந்தா, கடம்பா, சம்போ மகாதேவா ..." என்று கத்திக்கொண்டிருந்தார்கள். வத்சலாவிற்கு பின்னிருக் கையில் இருந்தவன் அவளுக்குக் கடிதம் ஒன்றைத் தந்தான். அவளுக்கு அப்போது காதல் கடிதம் என்பதைப் பற்றி ஒன்றும் தெரியாததால் முகத்தைத் திருப்பிக்கொண்டாள். கடிதம் தந்தவன், 'வாங்கி வீட்டிலே போய்ப்படி வத்சு' 'வீட்டிலே போய்ப்படி வத்சு' என்று சொல்லிக்கொண்டிருந்தான். அவள் வாங்கிக்கொள் ளவேயில்லை. கரெண்ட் வந்துவிட்டது. படம் பார்ப்பதில் கவனம் கொண்டாள் வத்சலா.

மேல் மாடியிலிருந்து சண்முகவேல், "வத்சு ... வத்சு ... ஏய்! வத்சலா ... மாடிக்கு வாடி. கரெண்ட் இல்லாம நீ மட்டும் கீழே இருந்து என்ன செய்யிற?" என்று கத்திக்கொண் டிருந்தார். ஆனால் தாமதமாக வரும் மின்சாரம் அன்று உடனே வந்துவிட்டது. வத்சலா தன்னையறியாமல் தன் ஊரில் சினிமா தியேட்டரில் படம் பார்த்த ஞாபகத்திலேயே நின்றிருந்தாள்.

இரண்டு

நியூ சினிமா வாசலில் நின்றிருந்தான் ரெங்கசாமி. 'பாதாள பைரவி' படம் முடியப் பத்து மணியாகிவிடும். தியேட்டருக்குள்தான் சின்னமணியும் அவளை அழைத்துச் சென்ற மார்வாடியும் இருக்கிறார்கள். சின்னமணி இடைவேளை வரை மார்வாடியின் தங்கச் செயினைக் களவாட முடியவில்லை. அவனது தோளில் சாய்ந்து வயிற்றைத் தடவிவிட்டும் முடிய வில்லை. உஷாராக இருந்தான். பிறகுதான் ரெங்கசாமியை முறுக்கு விற்பவனிடம் சொல்லி வரவழைத்து கூல்டிரிங்க்ஸில் மாத்திரையைப் போட்டுத்தர ஏற்பாடு செய்தாள். அவளும் சரியாக எல்லாம் செய்துவிட்டாள். செயினைக் கழற்றித் தன் கணவன் ரெங்கசாமியிடம் தந்துவிட்டாள். தியேட்டரில் படம் ஓடும் இருட்டிலும் மந்திரவாதியின் சத்தத்திலும் யாரும் இவர் களைப் பார்க்கவில்லை. ரெங்கசாமி செயினோடு வெளியேறி வந்துவிட்டான்.

சின்னமணி உடனே வந்துவிட்டால் அவளை அழைத்துச் சென்றவனுக்குச் சந்தேகம் உண்டாகிவிடுமெனப் படம் முடியும் வரை அவனுடன் இருந்தாள். கூல்டிரிங்க்ஸ் குடித்த மயக்கத்தில் தூங்கிவிட்டான்.

ரெங்கசாமிக்குச் சின்னமணி அறிமுகமானது தியேட்டரில் தான். அவள் உட்கார்ந்து படம் பார்ப்பதற்கு இடம் கிடைக் காமல், இடம் தேடிக் கொண்டிருந்தபோது ரெங்கசாமிதான் தன் அருகாமையிலிருந்த இடத்தைத் தந்தான். இரண்டு மூன்று முறை பேசிவிட்டான். இடைவேளைக்குப் பிறகு அவளை அழைத்துக்கொண்டு தனது ரிக்ஷாவில் திண்டுக்கல் ரோடு, காலேஜ் ஹவுஸ் என்று சுற்றினான். அவளுக்குச் சிரிப்பாக இருந்தது. ரிக்ஷாவில் உட்கார்ந்து இப்படிச் சென்றதே இல்லை. தண்ணித் தொட்டி புரோட்டாக் கடையில் முறுகல் தோசையும் புரோட்டாவும் வாங்கித் தந்தான். ரிக்ஷாவைக் கீழ மாசி வீதியில் ஓரங்கட்டிவிட்டுச் சாப்பிட்டார்கள். ரிக்ஷாவிலேயே தண்ணீர் பாட்டில் இருந்தது. ரிக்ஷாவில்தான் எப்போதும் இருப்பதாகவும் வீடென்று எதுவுமில்லையென்றும் ரெங்கசாமி சொன்னான்.

சின்னமணி, இனி யார் அழைத்தாலும் செல்லக் கூடாது என முடிவுசெய்துவிட்டு ரெங்கசாமியைத் திருமணம் செய்து கொண்டாள். அவளுக்கு இரண்டு குழந்தைகள் பிறந்து, பிறந்த மூன்று தினங்களில் இறந்துபோனது. ரெங்கசாமி அந்த சமயங்களில் அவளை பந்தோபஸ்த்தாகப் பார்த்துக்கொண் டான். பிறகு அவர்களுக்குக் குழந்தையே பிறக்கவில்லை.

தந்திப் பேப்பர் ஆபீஸ் பாலம் வழியாக எல்லீஸ் நகருக்குச் சவாரி போய்க்கொண்டிருந்தபோதுதான் ரெங்கசாமிக்கு விபத்து ஏற்பட்டது. தெருநாய், பசுமாட்டை விரட்டியதில் மிரண்ட மாடு ஓடி வந்துகொண்டிருந்தது. புதிதாக வண்டி ஓட்டப் பழகியிருந்த சேட் வீட்டுப் பெண் கத்திக்கொண்டே ரிக்ஷாமேல் வண்டியை விட்டாள். புது வண்டியின் வேகமும் பேலன்ஸ் இல்லாமல் போய்க்கொண்டிருந்த ரிக்ஷாவும் கவிழ்ந்துவிட்டன. ரெங்கசாமியின் கால் உடைந்துவிட்டது. "மதுரை மீனாட்சி... இப்படியா எங்களைச் சோதிக்கணும்" என்று பெரியாஸ்பத்திரியில் சேர்த்தாள் சின்னமணி.

பிறகு ரெங்கசாமியினால் ஒன்றும் செய்ய முடியவில்லை. நடப்பதற்கும் உட்கார்ந்து ஏதாவது வேலை செய்வதற்கு மட்டுமே முடிந்தது. சைக்கிள் ரிக்ஷாவை ஸ்டாண்டில் கேட்ட விலைக்கு விற்றுவிட்டுப் புதூர் பக்கம் குடிபோனான். அதற்குப் பிறகுதான் இருவரும் சில்லறைத் திருடர்களாக மாறத் தொடங்கினார்கள். தினமும் பத்து இருபதுக்கு வரும்படி கிடைத்துவந்தது. இந்த வேளையில்தான் செயின் போட்டுப் படம் பார்க்க வந்த மார்வாடி, சின்னமணியை அழைத்தான். சின்னமணியும் அவனிடமிருந்து செயினை எடுத்துக்கொண்டு வந்துவிட வேண்டுமென்று ரெங்கசாமியிடம் சொல்லிவிட்டுப் போனாள்.

ரெங்கசாமிக்குப் பயமும் சந்தோசமும் கூடிக் கொண்டே வந்தது. டவுசர் பாக்கெட்டிலிருந்த செயின் கைலி வேட்டியை விட்டு, கீழே இறங்கிவிடுவதுபோலக் கனமாக இருந்தது. கைலி வேட்டியைக் கீழே இறக்கிவிட்டுத் தரையில் குத்தவைத்து உட்கார்ந்து கொண்டான். பெரிய தண்ணீர்த் தொட்டி கட்ட வேண்டுமெனச் செட்டியார் கடையின் முன்பாக வேலை செய்துகொண்டிருந்தார்கள். பெட்ரோமாக்ஸ் விளக்கு வெளிச்சமும் மயில் பொம்மைகளும் அவனுக்குச் சின்னமணியை நினைவுக்குக் கொண்டு வந்தன. மயில் பொம்மைகள் அவளுக்குப் பிடிக்கும். இரண்டு ரூபாய்க்கு ஜோடியாக விற்றுக் கொண்டிருந்ததை வீட்டில் வாங்கிவைத்திருந்தாள். உறங்கும்போது தலைமாட்டில் வைத்துக்கொள்வாள். கனவில்தான் மயில் மேலேறிச் செல்ல வேண்டுமெனக் கூறிச் சிரிப்பாள். அவளைவிட்டுச் சிறிது நேரம் கூடப் பிரிந்திருக்க முடியாதபடி, சின்னமணி அவனுக்குப் பிடித்தமானவளாக இருந்தாள். மயில் பொம்மையை விற்றுக்கொண்டிருந்தவன் தனது கூடையைத் தூக்கிக் கொண்டு நகர்ந்தபோது தியேட்டர் மெயின் கேட்டைத் திறந்துவிட்டார்கள். பிறகு கூட்டம் வெளியேறத் தொடங்கிவிட்டது. சின்னமணியைக் காணவில்லை.

சிறிது நேரங்கழித்துச் சின்னமணியை அழைத்துக் கொண்டு அவளுடன் மார்வாடியும் தியேட்டர் மானேஜரும் மேலும்

இருவரும் வந்தனர். சின்னமணியின் கைகளைப் பின்புறமாகக் கட்டியிருந்ததைப் பார்த்ததும், ரெங்கசாமிக்கு உயிரே நின்று விடுவது போலாகிவிட்டது. உட்கார்ந்திருந்தவன் பம்மிப்பம்மி நகர்ந்து எழுந்துகொண்டான். அவள் முகம் வீங்கியிருந்ததை அவனால் பார்க்க முடிநதது. கண்களின் மேலும் மூக்கும் சிறாய்ப்பு அடைந்து ரத்தம் கசிந்துகொண்டிருந்தது. அவள் நிமிர்ந்தே பார்க்கவில்லை. தலைமுடி அவிழ்ந்தபடி நடந்து சென்றாள். ரெங்கசாமி அவள் சென்ற பாதைக்கு நேர் எதிர் பாதையில் மறைவாக நின்றிருந்தான். சின்னமணி திரும்பிப் பார்ப்பாள் என்று அவள் நடந்து செல்வதையே பார்த்துக் கொண்டிருந்தான்.

மூன்று

தனது காதலனின் புதிய கைக் கடிகாரத்தை எடுத்து வைத்துக்கொண்டு, அவனது பிறந்த தினத்தன்று கலங்கடித்துக் கொண்டிருந்தாள் கௌசி. மாப்பிள்ளை விநாயகர் தியேட்டர் காம்ப்ளக்ஸில் நின்றுகொண்டு கண்ணீர் வடிக்காத குறையாகப் புலம்பிக்கொண்டிருந்தான் அபிஷேக். 'ஜுராசிக் பார்க்' படம் முடிந்து கூட்டம் முழுமையாகக் காலியாகி இருந்தது. திரும்பவும் தியேட்டருக்குள் சென்று தேடுவதற்காக வாசலில் நின்றிருந்தான். வாசல்களையும் வாகனங்களையும் சீர்படுத்திக்கொண்டிருந்த நபரிடம் கேட்டான். அவர் மானேஜர் அறைக்குப் போகச் சொன்னார். மானேஜர் விலாசம், தொலைபேசி எண், வாட்ச் மாடல் என எழுதித் தந்துவிட்டுச் செல்லுமாறு, அடுத்த 'ஷோ' அவசரத்தில் இருந்தவர் சொல்லிவிட்டார். பிறந்த தினத்தன்று தனது புதிய கைக் கடிகாரம் தொலைந்து போனதை எண்ணி வருந்தினான் அபிஷேக்.

அபிஷேக்கும் கௌசிகாவும் கல்லூரி முதலாம் ஆண்டிலிருந்து காதலித்துக்கொண்டிருக்கிறார்கள். கௌசி, அபிஷேக்கிடம் பலமுறை சொல்லிவிட்டாள். "மீசை வைத்துக்கொள் ... மீசை வைத்துக்கொள் ..." என்று. ஆனால் அவன் கேட்பதாக இல்லை. "மீசை இல்லாமல் பார்ப்பதற்கு அலிப்பயல் மாதிரி தெரிகிறது. இதில் உன் பேச்சும் நடையும் அப்படியேதான் இருக்கிறது. மீசை வைத்துக்கொள்" என்று சொன்னாள். அபிஷேக் பதிலுக்கு "நான் ஆம்பிளை இல்லை ... என்னைக் காதலிக்காதே" என்றான். கௌசிகா அவனுடன் சண்டை போடாமல் ஒரு நாள்கூட இருந்தது இல்லை. "எப்படி செக்கப் பண்ணின ஆம்பிள்ளை இல்லைன்னு" என்பாள். பிறகு அபிஷேக் மூன்று நான்கு தினங்கள் பேசாமல் இருப்பான். பஸ் ஸ்டாப்பில்கூட நிற்கமாட்டான். கௌசி அவனைச் சமாதானம் செய்யப் படாத பாடு படுவாள். கடைசியாகவும் கண்டிஷனாகவும் "இனிமேல்

மீசையைப் பற்றியும் அலிப்பயல் என்ற வார்த்தையையும் சொல்லக் கூடாது" என்றான். கௌசிக்கு அவனுடன் சேர்ந்து பழகவும் சுற்றவும் ஆசையே இல்லை. அவள் தோழிகள் கிண்டல் செய்தார்கள். 'ஒன்பதின் காதலி' என்று பேசினார்கள், அபிஷேக் கைக் கழட்டிவிட்டுவிட வேண்டும் என்று நினைத்தாள்.

அபிஷேக்கிடம் சண்டை போட்டுப் பிரிந்துவிட வேண்டு மென்று இருந்தபோதுதான் பிறந்த நாள் வந்தது. தியேட்டரில் படம் பார்த்துக்கொண்டிருக்கும் போதும், டைனோசர் முகத் திற்கு நேராக வந்து நின்ற சமயம் பார்த்துக் கழற்றி எடுத்து வைத்துக் கொண்டாள். டைனோசரைப் பார்த்ததிலும் ஸ்பீக்கர் சத்தத்திலும் பயந்திருந்தான் அபிஷேக். தியேட்டரைவிட்டு வெளியே வந்தபோது வாட்ச் இல்லாததைப் பார்த்தான்.

கௌசி ஐஸ்கிரீம் சாப்பிட்டுக்கொண்டே நின்றிருந்தாள். அவளுக்கு அன்றும் அந்த சந்தேகம் மனதில் நிலத்தைவிட்டு வெளியேறும் விதையைப் போலக் கீறி எழத்தொடங்கியது. அலிப்பயல் என்னும் சொல் அவள் காதில் யாரோ சொல்லிக் கேட்பது போலிருந்தது. ஒரு பெண்ணைப் போலக் கொணட்டிக் கொண்டு நடப்பதும் கைகளை ஆட்டிக்கொண்டு பேசுவதும் சமயங்களில் பிடித்திருந்தாலும் எரிச்சலாகத்தான் இருந்தது. மாப்பிள்ளை விநாயகர் தியேட்டரிலிருந்து சிக்னல் தாண்டி எஸ்.எஸ். காலனி வழியாக நடந்துசென்றனர். தீக்கதிர் ஆபிஸ் பக்கமிருந்தது கௌசியின் வீடு. வீடு வருவதற்குச் சற்று முன்பு காதலர்கள் இருவரும் பிரிந்து விடுவார்கள். கௌசி, இதுதான் நாம் சந்திக்கும் கடைசித் தடவை. இந்தச் சண்டையில் சமா தானம் செய்யவே மாட்டேன் ... என நினைத்தாள்.

கௌசியின் ஹேண்ட் பேக்கில் அவனது புதிய கடிகாரம் இருந்தது. அவளுக்கு எடுத்துத் தந்துவிட வேண்டுமென விருப்பம் இருந்தது. ஆனால் கௌசிக்குச் சில காலமாகவே அவனோடு பழகுவதற்கு இஷ்டமில்லாதிருந்தது. இத்துடன் அவனது காதலை முடித்துக் கொள்ளலாமென்று நினைத்தாள். கடிகாரத்தின் சப்தம் ஹேண்ட் பேக்கிலிருந்து கேட்பது போலிருந்தது. ஹேண்ட் பேக்கைக் கைகளில் கெட்டியாகப் பிடித்திருந்தாள்.

அபிஷேக் அவளை முந்திக்கொண்டு கோபமாக நடந்தான். பெண்ணின் சாயலில் அவனது உடல் தோற்றம் கொண்டிருந்தது. அவனையே பார்த்துக் கொண்டிருந்தாள். வீட்டிற்குச் சென்று ஹேண்ட் பேக்கிலிருந்த கடிகாரத்தைப் பார்த்தாள் அது லேடீஸ் வாட்சைப் போல இருந்தது.

நான்கு

சின்னமணியைக் காலையில் நகைக்கடை பஜாருக்குக் கூட்டிக்கொண்டு போனார்கள். ஸ்டேஷனில் அவள் வாய்

திறக்கவில்லை. ஏற்கனவே அங்கிருந்த கான்ஸ்டபிள் இரண்டு பேருக்குப் பழக்கமானவள்தான். அவர்களுக்குச் சின்னமணியைப் பற்றித் தெரியும். சில்லறை வேலைகள் செய்து கொண்டிருந்தவள் மார்வாடியின் செயினைக் கைவைத்துவிட்டாளே . . . என்று கேலிசெய்து கொண்டிருந்தனர். அவர்கள்தான் "நகைக்கடை பஜாரில் ஏதாவது ஒரு கடையைக் காட்டு. ஐயா எல்லாம் பார்த்துக்கொள்வார்" என்று டீ வாங்கித் தந்தபோது யோசனை சொன்னார்கள்.

சின்னமணிக்குக் கைவைப்பதைவிடப் பொய் சொல்லிக் கையை நீட்டுவது பயமாக இருந்தது. அவளுடைய வாழ்வில் முதன்முதலில் பயந்தது, நியூ சினிமாவைவிட்டு வெளியேறும் போது ரெங்கசாமியும் மாட்டிக்கொள்வானோ! என்றுதான். அவன் நகையை விற்று எங்காவது நன்றாக இருக்கட்டுமென்று தான் நினைத்தாள். மார்வாடி மயக்கம் தெளிந்ததும் செயின் இல்லாமல் இருப்பதைக் கண்டு, செவிட்டில் அடித்துவிட்டான். உதட்டிலும் மூக்கிலுமாக அறையில் வைத்து அடித்தபோது அவள் வாயைத் திறக்கவே இல்லை. சேலையைக் கழற்றி உதறிப் பார்த்தார்கள். ஜாக்கெட்டுக்குள்ளிருக்கும் என்று கழற்றச் சொல்லி வெறும் பாவாடையா இல்லை ஜட்டி போட்டிருக் கிறாளா என்று தடவிப் பார்த்து ஸ்டேஷனுக்கு அழைத்துக் கொண்டு போனார்கள்.

பஜாரில் யாரை எந்தக் கடைக்காரரைக் கை நீட்டுவது என்று பயமாக இருந்தது. போலீஸ் கான்ஸ்டபிள் ஒருவர் ஆட்டோவில் ஏற்றும்போது "பெரிய பெரிய கடையைக் கையை நீட்டிராத. திருப்பி ஆப்பு வைச்சிருவாங்க உனக்கு. சாதாரண மாகப் பெட்டிக்கடை மாதிரி இருக்கிறதாப் பார்த்துக் கையைக் காட்டு" என்றார்.

சின்னமணிக்கு, யாரைக கை நீட்டுவது . . . என்று தெரிய வில்லை. ரெங்கசாமி கடந்த ஒரு நாள் இரவுக்குள் எந்த ஊருக்குப் போயிருப்பான்? இல்லை இங்குதான் சுற்றிக்கொண்டு இருக் கிறானா? இப்போது அவன் ஏதாவது நகைக்கடையில் நின்றிருந் தால் என்னாகுமெனத் தவிப்பும் பயமுமாக நடந்தாள். ஐயா அவளை முன்னால் நடக்கவிட்டுப் பின்னால் வந்துகொண் டிருந்தார்.

இதற்குள் பஜாரில் பரவிவிட்டது. பாதிக் கடைகள் அடைத்துவிட்டார்கள். மேலும் சிலர் அடைப்பதற்குத் தயாராகிக் கொண்டிருந்தார்கள். சண்முகவேல் அலுவலகம் முடிந்து வழக்க மாகத் தன் நண்பனின் நகைக்கடையில் உட்கார்ந்து பேசிக் கொண்டிருந்தார். கான்ஸ்டபிளும் மேற்கொண்டு நடக்கவும் தேடவும் சலிப்புற்று அவளைக் கடிந்து அந்தக் கடையைக் கை

நீட்டச் சொன்னார். சின்னமணியும் சண்முகவேலைக் கை நீட்டி "இவரிடம்தான் இவரிடமேதான் விற்றேன்" என்று பொய் சொன்னாள்.

சண்முகவேலை ஜீப்பில் ஏற்றிக்கொண்டு போனபோது கரெண்ட் கட்டாகிவிட்டது. வத்சலாவும் சுவேதிகாவும் மாடியில் அமர்ந்து மின்சாரமற்ற நகரின் இருட்டைப் பார்த்துக்கொண் டிருந்தார்கள்.

***உயிரெழுத்து* ஜனவரி 2009**

5

பொய் சொல்வதற்கெனப் பிறந்தவர்கள்

மிகவும் இளவயதிலேயே விதவையான சரோஜினி, தான் படித்த பெண்கள் மேல்நிலைப் பள்ளியிலேயே தன் மகளைச் சேர்க்க வேண்டுமெனத் தலைமையாசிரியர் அறையில், அவரது வருகைக்காகக் காத்திருந்தாள். பள்ளி இறுதியாண்டில், கூடைப் பந்தாட்டப் போட்டியில் தான் பெற்றுத்தந்த கோப்பை, தமிழ்த் தாத்தா உ.வே.சா நினைவுப் பேச்சுப் போட்டியில் வாங்கித் தந்த பதக்கம், பள்ளியின் புதிய கட்டடத்தைத் திறக்க வந்த அமைச்சரை வரவேற்கக் கண்ணகி வேடமணிந்து கையில் சிலம்புடன் தலை விரித்த கோலத்துடன் எடுத்துக்கொண்ட புகைப் படம் என வரிசையாகக் கண்ணாடி அலமாரியில் அடுக்கி யிருந்ததைப் பார்த்துக்கொண்டே இருந்தாள்.

சரோஜினிக்குப் பாட வராது. பாட்டுப் போட்டி தவிர்த்த பிற போட்டிகளில் எல்லாம் முதல் பரிசும் சிறப்புப் பரிசும் வாங்கினாள். எல்லாப் போட்டிகளிலும் வென்றிருந்தாலும் தன் பள்ளிக்கூட முதல் எதிரியான 'லோட்டஸ்' அனிதா பாட்டுப் போட்டியிலும் பரதத்திலும் தன்னை வென்று ஒவ்வொருமுறையும் வண்ணப் புகைப் படத்துடன் கண்ணாடி அலமாரியில் இடம் பிடித்துக் கொள்வது, அவளுக்கு இப்போதும் கோபத்தை உண்டாக் கியது. சரோஜினியின் புகைப்படங்கள் முழுவதும் கருப்பு வெள்ளைதான். 'லோட்டஸ்' அனிதா இருக்கும் ஊரில், தான் இனி கல்லூரிப் படிப்புப் படிக்கக் கூடாது, திரு மணம்கூடச் செய்துகொள்ளக் கூடாது என்று தன் அப்பாவிடம் சொல்லி வெளியூருக்குச் சென்று படித்தாள். தான் பிறந்து வளர்ந்த ஊருக்கும் படித்த பள்ளிக்கும் பிள்ளைகளுடன் விதவையாகத் தான் வந்திருப்பதும் பிள்ளைகளின் சேர்க்கைக்காகக் காத்திருப்பதும் எவ்வளவு துரதிர்ஷ்டமானது என வருந்தியவளாக அமர்ந் திருந்தாள்.

சரோஜினி தன் மகள் கலைவாணியைப் பாட்டுப் போட்டியிலும் பரதப் போட்டியிலும் முதல் பரிசு பெறச்செய்திட வேண்டுமென நினைத்தாள். அவள் படித்தபோது தலைமையாசிரியராக இருந்த ஆவுடையம்மாள் காலமாகிவிட்டதாக, அப்பா சொல்லியிருந்தார். இப்போது தலைமையாசிரியராக யார் இருக்கிறார்களென அவளுக்குத் தெரியவில்லை. முத்துத் தங்கம் டீச்சர் அறையின் மடக்குக் கதவைத் திறந்துவிட்டு உள்ளே நுழைந்தார். முத்துத் தங்கம் டீச்சர்தான்.

மேல் நிலை முதலாம் ஆண்டு கணித ஆசிரியை. டீச்சரைப் பார்த்ததும் சரோஜினி மேஜையில் முழங்கால் இடிபட எழுந்து கொண்டாள். "குட்மார்னிங் டீச்சர்" சரோஜினியின் குரலைக் கேட்டதும் டீச்சர், "நீ சரோஜினிதானே ... பொன் சரோஜினி?" நாற்காலியை இழுத்துவிட்டு உட்கார்ந்தபடியே கேட்டாள். "உட்காரு உட்காரு" என்று சொன்னதும் சரோஜினி முழங் காலைத் தேய்த்தபடி உட்கார்ந்துகொண்டாள்.

டீச்சர் இன்னமும் தன்னை ஞாபகம் வைத்திருப்பதை சரோஜினி ஆச்சரியமாகக் கேட்டாள். "உன்னையும் 'லோட்டஸ்' அனிதாவையும் மறக்க முடியுமாடா?" என்றதும், சரோஜினி கண்கள் கசிந்தவளாக, "அதே முத்துத் தங்கம் டீச்சர்தான் .. ! வாடா, போடா, என்னடா, சாப்பிடுறா, விட்டுத்தள்ளுடா, அடுத்தப் பரீட்சையில் பார்த்துக்கிடலாம்டா என்று சொல்லும் முத்துத் தங்கம் டீச்சர்தான்" என சந்தோசப்பட்டுக் கொண்டாள். முத்துத் தங்கம் டீச்சர், தான் இப்போது தலைமையாசிரியர் என்றும் தான் என்ன உதவி செய்ய வேண்டுமெனவும் கேட்டார்.

சரோஜினி தன் கணவன் திடீரென நோய்வாய்ப்பட்டு இறந்துவிட்டதையும் அதனால் குழந்தைகளோடு தன் அம்மா வீட்டிற்கே வந்துவிட்டதைப் பற்றியும் சொன்னாள். அவளுக்கு வேண்டிய உதவிகள் செய்வதாக வாக்குறுதி தந்து "கவலைப்படாதடா, நம்ம பள்ளிக்கூடம்டா, நானிருக்கேண்டா" எனத் தலைமையாசிரியர் முத்துத் தங்கம் பேசியது அவளுக்குச் சந்தோசமாக இருந்தது.

சரோஜினி பிள்ளைக்குப் படிப்புக் கட்டணத்தை அலுவலகத்தில் கட்டிவிட்டு, தான் படித்த வகுப்பறைகளையும் விளையாடிய மைதானத்தையும் பார்த்தபடி தன்னை மறந்து நின்றாள்.

ooo

பொய்யின் நிறம் என்னவாகயிருக்குமென்று யாரேனும் யோசித்திருக்கிறோமா? சரோஜினியிடம் கேட்டால் அவள் சட்டென்று பதில் சொல்லிவிடுவாள் "பச்சை" என்று. 'பொய்யின் நிறம் பச்சையா ... எப்படி?' எனக் கேட்டால் அதற்கும்

அவளிடம் பதில் இருக்கும். பள்ளி இறுதியாண்டில் படித்துக் கொண்டிருந்தபோது அவளிடம் பொய்யைப் பற்றிய செய்திகளையும் உலகின் தலை சிறந்த பொய்களைக் கேட்பதற்கும் எப்போதும் ஒரு கூட்டமே கூடியிருக்கும். இறந்துபோன முன்னாள் தலைமையாசிரியர் ஆவுடையம்மாள்கூட சரோஜினி விசிறிதான். அவர் தலைமையாசிரியர் அறைக்கு வரவழைத்துப் பொய்களைப் பற்றிய செய்திகளைக் கேட்டு வியப்புற்றிருக்கிறார்.

உலகத்திலேயே தலை சிறந்த பொய், பொய் சொல்பவர்களுக்கு ஆண்டுதோறும் தரப்படும் முதல் பரிசு பற்றிய செய்திகளை அவள் எல்லோரிடமும் சொல்லியபோது, சரோஜினியின் முதல் எதிரி 'லோட்டஸ்' அனிதா, தான் நேராக எதுவும் கேட்காமல், தன் தோழிகள் சிலர் மூலம் "நம்ப முடியாதபடி இருக்கிறது. ஆதாரம் வேண்டும்" என்று கேட்க ஏற்பாடு செய்தாள். சரோஜினி மறுநாளே தனக்கு வெளிநாட்டு ஸ்டாம்பு ஒட்டிவந்த ஆங்கிலப் பத்திரிகையைக் கொண்டுவந்து காட்டினாள். அந்தப் பத்திரிகையை யார் சரோஜினிக்கு அனுப்புகிறார்கள் என்று அவளுக்கே தெரியாது. அந்த இதழில் சென்ற ஆண்டு சிறந்த பரிசை ஆஸ்திரிய நாட்டு ரீட்டா மைக்கேல் என்பவர் வாங்கியிருந்த செய்தி வெளியாகியிருப்பதைக் காட்டினாள்.

செய்தி வந்த இதழை இதற்குமுன் மாணவிகள் யாரும் பார்த்தது இல்லை. அதன் அட்டையின் பளபளப்பும் விதவிதமான வர்ணப் புகைப்படங்களும் அனைவரையும் கவர்ந்துவிட்டது. பள்ளிக்கூடம் முழுக்க ரகசியமாகவும் பகிரங்கமாகவும் மாணவிகளிடம் உலாவியது. தலைமையாசிரியர் ஆவுடையம்மாளுக்கு ஒரு பக்கம் கோபம். இன்னொரு பக்கம் சந்தோஷம். 'தம் பள்ளி மாணவிகள் வெளிநாட்டு இதழ்களையெல்லாம் ஆர்வமாகப் படித்து அறிவை வளர்த்துக்கொள்கிறார்களே ..!' என்று கண்டும் காணாமல் விட்டுவிட்டார்.

ஆஸ்திரிய நாட்டுப் பெண் ரீட்டா மைக்கேல் (வயது 41) தனது பேட்டியில், பொய்யின் நிறம் என்ன என்பது பற்றிக் கீழ்வருமாறு சொல்கிறாள்: "பொய்யின் நிறம் ஓர் பச்சையான இலையினைக் கசக்கினால் வரும் வாசனை போன்றது. அதனை நீங்கள் முகர்ந்தால் உணரும் வாசனையே பொய்யின் வாசனை. நிறமும் அதே போன்றதுதான். பொய் தன்னை எதன் மேல் ஏற்றிக்கொண்டுள்ளதோ அந்த வடிவத்தினையும் அதன் நிறத்தையும் பிரதிபலிக்கிறது."

ooo

சரோஜினி தான் நின்றிருந்த மரத்தின் இலைகளைப் பார்த்துக்கொண்டிருந்தாள். 'இந்தப் புளியமரத்தின் கீழ் எத்தனை நாட்கள் தன் தோழிகளுடன் அமர்ந்து பேசியிருப்போம். எத்தனை நாட்கள் புளியம் பூக்களைப் பிய்த்துத் தின்றிருப் போம். தான் படித்த காலத்தில் இருந்ததைப் போலத்தான் இப்போதும் மாணவிகள் அலைந்து திரிகிறார்கள்' என அவள் நினைத்துக்கொண்டாள். மசால்வடை விற்கும் பாட்டியும் அவளது கூடையும் அவள் உட்கார்ந்திருந்த இடமும் இப்போது மாறிவிட்டது. பெண்கள் மேல்நிலைப்பள்ளியில் புதிய கேன்டீன் வந்துவிட்டது.

லேப் கட்டடத்தினருகே நடந்து சென்றாள். லேப் டெக்னீ ஷியன் சுடலை அண்ணன், அதே நாற்காலியில் உட்கார்ந்து தினத்தந்தி படித்துக்கொண்டிருந்தார். "லேப்புக்குள் உட்கார்ந்து கொண்டு பீரியட்டின்போது வயிற்றுவலியில் நாப்கின்னுக்காகக் காத்துக்கொண்டிருந்த நாட்கள் எத்தனை. எத்தனை மாணவிகள் லேப் அறையில் பூப்பெய்தி ஆட்டோ ஏறி வீட்டுக்குச் சென்றிருக் கின்றனர் . . . தன் மகளும் "ஒரு நாள் ஆட்டோ ஏறி அவள் தோழிகளுடன் வீட்டிற்கு வரத்தான் செய்வாள் என்று சரோஜினி நினைத்தபோது, சந்தோசமாகவும் வேதனையாகவுமிருந்தது.

இரண்டு ஆசிரியைகள் அவளை அடையாளம் கண்டு பேசினார்கள். அவர்கள், "கடந்த மாதம்தான் 'லோட்டஸ்' அனிதாவும் தன் மகளைச் சேர்த்துவிட்டுச் சென்றிருப்பதாகச் சொன்னார்கள். சரோஜினி ஆச்சரியமானவளாக 'எந்த வகுப்பு' என்று கேட்டாள். தங்களுக்குச் சரியாக ஞாபகம் இல்லை என்று அவர்கள் சொல்லிவிட்டார்கள்.

பிறகு அவள் சுடலை அண்ணனுடன் கொஞ்சம் நேரம் பேசிவிட்டு, வீட்டிற்குச் சென்று விட்டாள். 'லோட்டஸ்' அனிதா வின் குழந்தையும் பள்ளியில் படிப்பதைத் தெரிந்துகொண் டதும் அவளுக்குத் தூக்கமே வரவில்லை. அவளுடைய மகளை விடத் தன் மகள், எல்லாப் போட்டிகளிலும் பாடத்திலும் முன் வந்துவிட வேண்டுமென்று நினைத்தாள். பள்ளிக்கூடக் காலத்தின் ஆறு வருடங்களில் தனக்கு எதிரியாகவும் தனது படிப்புக்குப் போட்டியாகவுமிருந்ததுபோலத் தன் மகள் கலைவாணிக்கும் ஒருத்தி இருக்கிறாள் . . . என்னும் கவலை வந்துவிட்டது அவளுக்கு. இருந்தபோதிலும் லோட்டஸைப் பார்க்க வேண்டுமென்ற ஆசையும் உண்டானது. 'லோட்டஸ்' நல்லவள்தான். சரோஜினிக்குப் பரதம் வரவில்லை என்பதைத் தெரிந்துகொண்டதும், டான்ஸ் டீச்சர் ஆண்டுவிழாவில் பெயரை எடுத்துவிட்டார்கள். சரோஜினிக்கு இது தெரியாது. தானும் ஆண்டு விழாவுக்கு ஸ்டேஜில் டான்ஸ் ஆடப்போவதாக நினைத்துக்கொண்டிருந்தாள்.

‘லோட்டஸ்’ அனிதா, அவளிடம் நேரிடையாக இதைச் சொல்லாமல் தன் தோழிகள் மூலம் விஷயத்தைச் சொல்லி பரதப் பாட்டிற்கு வேண்டாம், சினிமா பாட்டிற்கு டான்ஸ் ஆட பெயரைத் தந்தால் போதும் என்று தெரிவித்தாள். சரோஜினி தன் தோழிகளைத் திரட்டிக்கொண்டு டான்ஸ் டீச்சர் இருந்த ஓய்வு அறைக்குச் சென்று தன் பெயரை எப்படி எடுக்கலாம் எனக் கேட்டாள். அவளது பெயரை நீக்கியது எப்படி வெளியே சென்றது எனத் தெரியாத டீச்சர் “அப்படியெல்லாம் ஒன்று மில்லை” என்று சமாளித்துப் பார்த்தார். சரோஜினி பரதப் பாட்டுக்கு இல்லையென்றால் சினிமாப் பாட்டுக்கு ஆடுவேன் என்று லிஸ்டில் பெயரை எழுதச் சொன்னாள். டீச்சரும் எழுதிக்கொண்டார். அவர்கள் சென்ற பிறகு டான்ஸ் டீச்சர், பரத நாட்டியத்திற்குத் தேர்வுசெய்யப்பட்ட மாணவிகளிடம், “டான்ஸ் ரூமில் பேசுவதையெல்லாம் யாரோ வெளியே போய்ச் சொல்லுகிறார்கள். கண்டுபிடித்தால் T.C தந்துவிடுவேன்” என்று எச்சரித்துவிட்டு அறையைவிட்டு வெளியேறினார்.

டான்ஸ் டீச்சர் சென்றதும் மாணவிகள் அனைவரும் கட்டடம் அதிரச் சத்தம் போட்டுக் குதித்தார்கள். மாணவி ஒருத்தி குதித்த குதியில் கட்டியிருந்த பாவாடையே அவிழ்ந்து விட்டது. டான்ஸ் டீச்சர் திரும்பி வந்து, “ஏண்டீ கழுதைகளா. மூடிகிட்டு இருக்க முடியலையா கொழுப்பெடுத்த முண்டை களா” என்று திட்டிவிட்டு நாற்காலியில் உட்கார்ந்துகொண்டார்.

○○○

இரண்டு தினங்களுக்குப் பிறகு கலைவாணி தன்னுடன் படிக்கும் வினோதினியை அழைத்துக்கொண்டு வீட்டிற்கு வந்தாள். சரோஜினியிடம் அறிமுகப்படுத்தினாள். வினோதி னியைப் பார்த்ததும், அவளுக்கு ‘லோட்டஸ்’ அனிதாவின் ஞாபகம் வந்தது. அந்த பெண்ணிடம் அவள் அம்மாவின் பெயரைக் கேட்டாள். வினோதினி தன் அம்மாவின் பெயர் விசாலாட்சி என்றும் அப்பாவின் பெயர் கல்யாணராமன் என்றும் சொன்னாள். அதற்குப் பிறகுதான் சரோஜினிக்கு நிம்மதியாக இருந்தது.

வினோதினியும் கலைவாணியும் ஒன்றாகப் பள்ளிக்குச் செல்லவும் பள்ளியிலிருந்து திரும்புவதுமாக இருந்தார்கள். விசாலாட்சிகூட இரண்டுமுறை கலைவாணியின் வீட்டிற்கு வந்துசென்றாள். வினோதினி கலையுடன் பழகத் தொடங்கியதி லிருந்து தனக்குப் பாதி வேலைகள் குறைந்துவிட்டதாகச் சொன் னாள் சரோஜினி. விசாலாட்சி தன் மகளை சரோஜினி வீட்டில் விட்டுவிட்டுச் செல்லும்போது ‘சண்டைப் போடக் கூடாது, பொய் பேசக் கூடாது’ என்று கட்டளையிட்டுவிட்டுச் சென்றாள்.

சரோஜினி அவளிடம், "நீ ரொம்பப் பொய் பேசுவியா" என்று கேட்டாள். அவள் வெட்கப்பட்டு, "இல்லே அத்தை" பொய்யே பேசமாட்டேன் என்று கோணலாக நின்றுகொண்டு நெளிந்தாள். சரோஜினி திரும்பவும் "என்ன மாதிரி பொய் பேசுவே? ஒருதடவை எனக்குச் சொல்லிக் காட்டேன் . . ." என்றாள். அவள் சொல்ல மாட்டேன் என்பதுபோல, வெட்கத் துடன் தலையை அசைத்துக்கொண்டு வீட்டின் பின்பாகச் சென்றுவிட்டாள். அவர்கள் இருவரும் 7வது வகுப்பு 'C' பிரிவில் காஞ்சனமாலா தேவி டீச்சரிடம் படித்துக்கொண்டிருந் தார்கள். காஞ்சனா டீச்சர் சரோஜினி படிக்கும் போதெல்லாம் பள்ளிக்கூடத்தில் சேர்ந்திருக்கவில்லை. இப்போதுதான் வந்திருக் கிறாள்.

பிள்ளைகள் இருவரும் என்ன விளையாட்டு விளையாடு கிறார்களென அவர்களுக்குத் தெரியாமல் பார்க்க விரும்பினாள் சரோஜினி. அவர்கள் இருவரும் பாட்டுப் பாடி நடனமாடிக் கொண்டிருந்தனர். சினிமாப் பாடல்களை மனப்பாடம் செய்து அப்படியே ஒப்பிப்பதுபோல விநோதினி சொல்லிக்கொண் டிருந்தாள். கலைக்குக் கொஞ்சம் நடனம் தெரிந்திருக்கிறது. நல்ல மாதிரியாகத்தான் அசைந்து கொண்டிருந்தாள்.

பிள்ளைகளுக்கு எப்படித்தான் தங்களைப் பார்ப்பது தெரிந்ததோ உடனே நடனத்தையும் பாட்டையும் நிறுத்தி விட்டு ஏதோ பேசிக்கொண்டிருப்பது போன்ற பாவனையில், உட்கார்ந்துகொண்டனர்.

○○○

சரோஜினியின் வீட்டில் விளையாடிக் கொண்டிருந்த விநோதினியை அழைப்பதற்கென அன்று சற்றுமுன்பாகவே வந்திருந்தாள் விசாலாட்சி. தினமும் 8 மணிக்கு மேல்தான், தன் மகளை அழைக்க வருவாள். வீட்டின் வாசலில் தெருப் பிள்ளைகளோடு கலையும் விநோதினியும் விளையாடிக்கொண் டிருந்தனர். தன் அம்மாவைப் பார்த்ததும் அவளது விளையாட்டு சுவராஸ்யமற்று நின்றது. ஆனால் விசாலம் தன் மகளை அழைத்துக்கொண்டு உடனே செல்லவில்லை. சரோஜினியுடன் வாசல்படியில், அமர்ந்துகொண்டாள். சரோஜினி வீட்டுக்குள் பலமுறை அழைத்தும் அவள் வீட்டுக்குள் செல்லவில்லை.

"இந்த வருடம் பள்ளிக்கூட ஆண்டுவிழாவில் விநோதினி நடனமாடப் பெயர் தந்திருக்கிறாள்" என்று விசாலம் அவளிடம் சொன்னாள். பதிலுக்கு சரோஜினியும் தன் மகளும் பரத நாட்டியத்திற்குப் பெயர் தந்திருக்கிறாள். தினமும் ரிகர்ஸல் தர்றாங்க என்றாள். விசாலம் ஆச்சரியமானவளாக "எந்தப்

பாட்டிற்குப் பரத நாட்டியம் ஆடப்போகுது கலை?...” எனக் கேட்டாள். சரோஜினியும் கலைவாணியும் ஒரே நேரத்தில் அந்தப் பாட்டின் முதல் அடியைச் சொன்னார்கள்.

விசாலம் “அந்தப் பாட்டிற்கு டானஸ் ஆடுறவங்க இரண்டு மூணு மாசத்திலேயே சடங்காயிடுவாங்க. இந்த விசயம் உங்களுக்குத் தெரியுமா?” என்றாள். சரோஜினி தனக்கு எதுவும் தெரியாது என்றதும் போன வருடம் இந்தப் பாட்டிற்கு ஆடியவர்கள், அதற்கு முன் வருடத்தில் நடனமாடியவர்கள் என அனைவரின் பெயர்களையும் சொல்லி, வரிசையாக மாதம்வாரியாக பூப் பெய்தி உட்கார்ந்ததைச் சொன்னாள் விசாலாட்சி. சரோஜினிக்கு ஆச்சரியமாக இருந்ததைப்போலப் பிள்ளைகள் இருவரும் வெட்கப்பட்டவர்களாக நின்றிருந்தனர்.

“எல்லாப் பாட்டிற்கும் டான்ஸ் ஆடுற பிள்ளைகள் பெரிய மனுஷியாக மாட்டாங்க... நீங்க சொன்ன பாட்டுக்குத்தான் அப்படியொரு ராசி. டீச்சரே அந்தப் பாட்டை செலக்ட் பண்ண யோசிப்பாங்க... போன வருசம் விநோதினி கேட்டா. நான் மாட்டேன் சொல்லிட்டேன். மேடையில் அந்தப் பாட்டுத் தான் முதல்ல வரும். எப்படியும் பொம்பளப் பிள்ளைங்க பெரிய மனுஷியாகணுமில்லே... கவலைப்படாதீங்க..!” என்றாள். இன்று மதியம் வைத்த குழம்பு கறிகாய் எனப் பேசிக்கொண்டு போனாள்.

சரோஜினி, “இன்னிக்குப் பள்ளிக்கூடத்தில விநோதினிக்கும் இன்னொரு பிள்ளைக்கும் சண்டையாமே” என்று கேட்டாள்.

விநோதினி, “இல்லை அத்தை. உலகத்தில் பொய் பேசுறதில முதல் பரிசு வாங்கினது பிரான்ஸ் நாட்டு பெட்ரிக் ஹாரிஸன் தான் அப்படின்னு என்னோட ஃபிரண்ட்ஸ் கிட்டே சொல்லிக் கிட்டு இருந்தேன். அப்போது இன்னொருத்தி, இல்லே, ஹாரிஸனுக்கு இரண்டாம் பரிசுதான் தந்திருக்காங்க. முதல் பரிசு வில்லியம் ஒயிட்மூன்னுக்குத் தந்திருக்காங்க அப்படின்னு சொன்னா. நான் இல்லவே இல்லைன்னு சொன்னேன். அப்படியே சண்டை வந்துருச்சு. அப்புறம், மத்தவங்க வந்து விலக்கி விட்டாங்க. நான் நாளைக்குக் காலைல என்கிட்டே இருக்கிற புத்தகத்தைக் காட்டி, முதல் பரிசு வாங்கின ஆள் ஹாரிஸன் தான் அப்படின்னு காட்டணும். அப்பத்தான் அந்தக் கழுதை என்னைய நம்புவாளாம்” என்றாள்.

சரோஜினி நம்ப முடியாதவளாக, உண்மையில் தான் கேட்டது நிஜம்தானா? என ஒரு நிமிடம் மௌனமாக இருந்தாள். பிறகு விநோதினியிடம் “அந்தப் புத்தகம் உன்னுடைய வீட்டில் தான் இருக்கிறதா! எனக்குக் காட்டு” என வீட்டைப் பூட்டிக் கொண்டு விசாலத்தின் வீட்டிற்குக் கிளம்பினாள்.

"உனக்கு அந்தப் புத்தகத்தை யார் வாங்கித் தந்தா" சரோஜினி கேட்டாள்.

விநோதினி, "எனக்குத் தபாலில் வருது அத்தை. யார் அனுப்புறாங்கண்ணே தெரியலே" என்றாள். சரோஜினிக்கும் நம்ப முடியவில்லை. தனக்கும் தபாலில்தானே அந்தப் புத்தகம் வந்தது. யார் அனுப்பியது? என்று இதுவரை தன்னால் கண்டு பிடிக்கவே முடியவில்லையே என நினைத்தபடி நடந்தாள்.

"சரி. உன்னோட சண்டை போட்ட பிள்ளைக்கும் புக் இருக்கா?"

"ஆமாம் அத்தை. என்கிட்டே காட்டியிருக்கா. அவளுக்கும் என்னை மாதிரியே வெளிநாட்டு ஸ்டாம்பு ஒட்டி யாரோ அனுப்புறாங்க. ஆனால் யாருன்னு அவளுக்கும் தெரியலையாம். அவங்க அம்மா 'லோட்டஸ்' அனிதாகூட எங்க வீட்டுக்கு வந்து என்னோட புக்கைப் பார்த்துவிட்டுப் போனாங்க" என்றாள்.

"'லோட்டஸ்' அனிதாவை உனக்குத் தெரியுமா?. அவள் மகள் உன்னோடதான் படிக்கிறாளா?..." எனக் கேட்டாள் சரோஜினி.

"ஆமாம் அத்தை. நிரோஷாவை உங்களுக்குத் தெரியாதா?. நான் ஒரு முறை உங்க வீட்டுக்குக் கூட்டிட்டு வந்திருக்கேன். ஞாபகமில்லையா? நீங்க அன்னிக்கித் தேங்காய்ப் போளி செய்து தந்தீங்க. சாப்பிட்டுவிட்டு நிரோஷா எங்க அம்மா வுக்கும் தேங்காய் போளின்னா ரொம்பப் பிடிக்கும்னு சொன் னாளே அவள்தான். அதுக்குப் பிறகுதான் எங்களுக்குள்ள சண்டை வந்தது" என்றாள்.

நடந்துகொண்டிருந்தவள் தன் மகளைப் பிடித்துக் கொண்டு நின்றாள். 'நாங்கள் எங்கள் வீட்டிற்குப் போகிறோம்' என்று சொல்லிவிட்டு நடந்தாள். விசாலம் அழைக்க அழைக்க மறுத்த வளாக வீட்டிற்கு வந்துவிட்டாள். தன்னையும் மீறி அழுதுகொண் டிருப்பதை வீட்டிற்கு வந்தபிறகுதான் உணர்ந்தாள் சரோஜினி.

கலைவாணியை அழைத்து அருகாமையில் அமரச்செய்து "நிரோஷாவை உனக்குப் பிடிக்குமா? என்று கேட்டாள். "எனக் குப் பிடிக்கவே பிடிக்காது. அவள்தான் எனக்குப் பள்ளிக் கூடத்திலேயே முதல் எதிரி" என்றாள் கலைவாணி.

***உயிரோசை* நவம்பர் 2008**

6

காதலித்துக்கொண்டே இருப்பவர்கள்

I

எந்த நட்சத்திரத்தைக் கடைசியாகப் பார்த்தேன் எனக் கண்டுபிடிப்பது முடியக்கூடியதா எனத் தெரிய வில்லை. யாரையும் குறைசொல்லப் பழகக் கூடாது. நம்மீதான புகார்களைப் பரிசீலித்துக் கொள்கிற தருணம் மகிழ்வானது. நண்பர்களே! இந்தத் தேநீர்க் கோப்பை, நீங்கள் வாங்கித் தந்த சிகரெட், இதனைத் துணையாக வைத்து என்னுடைய அறையின் கதவைத் திறக்கிறேன். ஒரே ஒரு விளக்கும், ஒரே ஒரு ஜன்னலும் உள்ள அறை யின் கதவு பலமுறை தட்டப்பட்டிருக்கிறது. நீங்கள் சந் தேகங்கொள்வது நியாயமானதுதான். தற்கொலை பற்றிய என்னுடைய கலந்துரையாடல்தான் இத்தகைய சந்தேகத் தின் மூலகாரணம். மேலே சொன்ன சாட்சியங்களை மீண்டும் நினைவுகூர விரும்புகிறேன் நண்பர்களே!. நிச்சய மாக நம்புங்கள். எந்த அகாலத்திலும் என்னைப் பற்றிய உங்கள் சந்தேகத்தினை வலுப்படுத்தும் வகையிலான தகவல் வந்தடையாது. இப்போது நீங்கள் வாங்கித்தரும் தேநீரும் சிகரெட்டும் எனது அறையை உற்சாகமாகத் திறக்க எத்தனை முறை உதவியுள்ளது என்பதைத் தெரிந்து கொள்ளுங்கள் முதலில். அதற்கான நன்றியைத் தெரிவித்துக் கொள்கிறேன்.

II

தேசிகன் வாடகைக்கு எடுத்துத் தங்கியிருக்கும் மேல் மாடி அறையைத் திறந்தான். நேற்றுவரை தரையில்தான் பாய் விரித்துப் படுத்திருந்தான். அவன் நண்பர்கள் சில ருக்குத் தரையில் அமர்ந்து எழுந்துகொள்வது சிரமமாக

இருக்கிறதென இரும்புக் கட்டில் ஒன்றை வாங்கிப்போட் டார்கள். தினமும் மாலையில் அவன் நண்பர்கள் வருவார்கள். சிகரெட் பிடித்துத் தேநீர் அருந்திச் செல்லவும் மது அருந்தி விட்டுத் தூங்கவுமென இரு பிரிவுகளாக வந்து சேர்வார்கள். எந்தப் பிரிவைச் சார்ந்த நண்பர்கள் முதலில் அறைக்கு வருவார்க ளென்பது தேசிகனால் அனுமானிக்க இயலாததாக இருந்தது.

தேசிகனின் நண்பர்கள் அவனுக்கு விவகாரத்து செய்வது குறித்த யோசனையைத் தந்தார்கள். நண்பர்களில் ஒருவர் தே நீர் அருந்திச் சிகரெட்டுப் பிடித்துக்கொண்டிருந்த வேளையில், தன் வக்கீல் நண்பரை அழைத்துவந்து விவகாரத்துச் செய்யும் சட்டங்களைப் பற்றி ஆராயலாமெனச் சொன்னார். தேசிகனின் முடிவும் விவகாரத்து செய்வதாகத்தான் இருந்தது. அவன் மனைவி வள்ளிமயில் 'சேர்ந்து வாழ முடியாது' என வீட்டிற்குள் அவனை விட மறுத்தாள். தன்னை வீட்டிற்குள் வரவிடாமல் செய்தபின்புதான் தேசிகன் கிராமத்தின் சொந்த வீட்டிலிருந்து 30 கி.மீ. தொலைவில் உள்ள நகரத்தில் தனியறை எடுத்துத் தங்கினான்.

தேசிகன் இருந்த அறையின் கீழ்வீட்டில் இருந்த கணவனும் மனைவியும் வழக்கம்போலச் சண்டை போட ஆரம்பித்திருந் தார்கள். பாண்டியன் தன் மனைவியைத் திட்டிக்கொண்டிருந் தான். வேப்ப எண்ணெயை விற்றுவந்த பணத்தை எங்கோ வைத்துவிட்டுத் தேடிக்கொண்டிருந்தான்.

"ஆயில் மில்லில் வைத்துவிட்டு வந்துவிட்டோமா .., இல்லை வங்கிக் கணக்கில் போட்டுவிட்டோமா ..." எனக் குழம்பியிருந் தான். தனது மேஜையிலும் பீரோவிலும் பணம் ஏதுமிருக்கிறதா வெனத் தேடிப் பார்த்தான். பணம் எதுவும் கைக்குச் சிக்கவில்லை. மாடியேறி தேசிகனிடம் வந்து ரூ. 150 வாங்கிக்கொண்டு போனான். போகும்போது "ஒயின் ஷாப்பிற்குப் போறேன். வர்றீங்களா ..." என்று கேட்டான். தேசிகன் ஒன்றும் சொல்லாமல் முகத்தைத் திருப்பிக்கொண்டான். அவன் போனதும் அந்தப் பெண் காவேரி யிடம் "ஏன் அவரு தினமும் திட்டிக்கிட்டே இருக்காரு" என்று கேட்டான். காவேரி மாடிப்படிகளில் இரண்டு மூன்று படி யேறி வந்து நின்றுகொண்டு "ராத்திரி டிபன் முடிஞ்சிருச்சா?" என்று கேட்டாள். "கடையில் சாப்பிட்டுவந்துட்டேன்" என்றான் தேசிகன். கொஞ்சம் நேரம் அமைதியாக இருந்துவிட்டுப் பிறகு அவனிடம் "டைவர்ஸ் பண்ணிக்கிடப் போறீங்களா?" எனக் கேட்டாள். அவன் ஏதும் பதில் சொல்லவில்லை. திரும்பவும் அவள் "எனக்கும் டைவர்ஸ் பண்ணிக்கிடணும் என்றுதான் தோணுது" என்று சொன்னாள். தேசிகன் அமைதியாக இருந்தான்.

"இந்த மனுஷனோடு இருக்கவே பிடிக்கலை எனக்கு. எங்க அப்பா அம்மா கூடவே போய் இருந்திடலாமான்னு நினைக்கிறேன். அண்ணே, நீங்களே சொல்லுங்க ... பெத்தப் பிள்ளையைக் கொஞ்ச முடியலை. கொஞ்ச நேரம் தூக்கி வெச்சுக்கிட்டு நிக்க முடியலை. அதுகூடப் பேசிச் சிரிக்க முடியலை. சமையல் சமையல் என்று எரிச்சலாக இருக்குது அண்ணே ... எனக்கு சமையல் செய்யவே பிடிக்கலே. எனக்கு நிசம்மாவே சமையல் செய்ய மறந்துருச்சு அண்ணே ... இட்டிலி ஒரு நாளைக்கு கெட்டியா வருது. இன்னொரு நாளு மாவு தண்ணியாகி இட்டிலிக்கே வரமாட்டேங்குது. எனக்கு சமையல் செய்யவே வரமாட்டேங்குது அண்ணே. எல்லாமே மறந்துபோச்சு. எங்க பாப்பாகூடப் பேசவே மாட்டேங்கிறார்ண்ணே. இந்த மனுஷன் பிள்ளை பெத்து வந்ததிலிருந்து என்னையத் திட்டிக் கிட்டே இருக்காரு அண்ணே ... ஆனா அவரு கூடவே இருக்கனு மின்னு ஆசையாதான் இருக்கு அண்ணே" என்றாள்.

வள்ளிமயிலுடனான சண்டைக்கு முன்னிரவில், தேசிக னின் குழந்தைக்கு, வயிற்றுப்போக்கு அதிகமாக இருந்தது. மருத்துவர்கள் தந்த மருந்துகள் எதுவும் பிரயோஜனப்பட வில்லை. அன்றிரவு அவன் மிகவும் தாமதமாக வந்தான். நண் பர்களுடன் சேர்ந்து குடித்துவிட்டு முகம் வீங்கிக் கண்கள் புடைத்து, வாசலில் வந்து நின்றான்.

வள்ளிமயில் இரவு முழுவதும் அழுதபடி இருந்தாள். குழந்தையுடன் இருந்தவளைக் கட்டாயப்படுத்தி அழைத்துக் கட்டிலில் படுக்கச் செய்தான். வள்ளிக்குத் தான் எவ்வளவு மறுத்தாலும் தன்னுடன் இணையாமல் தேசிகன் உறங்கமாட் டான் என்பது தெரியும். குழந்தைக்கு வயிற்றுப்போக்கு உள்ளதை அறிந்துகொள்ளாத கணவன், தன்னைப் படுக்கைக்கு அழைப்பது எவ்வளவு கேவலம் ... எவ்வளவு வேதனை ..." என்று சப்தமாக அழுதுவிட்டாள். பதிலாக தேசிகனோ, தான் அன்று புதிதாக வாங்கிக்கொண்டுவந்த ஆணுறையின் கவர்ச்சி யான லேபிளைக் காட்டிக்கொண்டிருந்தான். குழந்தையின் வயிற்றுப்போக்கு காலையில் தீவிரமானது. கண்களைத் திறக்காமலேயே முனங்கிக்கொண்டிருந்தது. அழுவதற்குக்கூட உடலில் பலமில்லாமல் வள்ளியின் தோளில் சாய்ந்துகொண்டது. வள்ளிமயில் காலையில் அருகாமை வீட்டுக்காரியுடன் ஆட்டோ பிடித்து நகரிலுள்ள டாக்டரிடம் சென்றுவிட்டாள். டாக்டர் மருத்துவமனையில் 'அட்மிட்' செய்ய வேண்டுமெனச் சொல்லிக் குழந்தையின் கையில் நரம்பைத் தேடிக் கொண்டிருந்தார். ட்ரிப்ஸ் ஏற்றிக் குழந்தையைப் படுக்கவைத்தபோது அதன் அழுகை கூடிவிட்டது. நரம்புகளின்வழி ஊர்ந்துபோகும் திரவம் உடலைக் குளிர்ச்சிகொள்ளச் செய்தது. ஆனால் படுக்கையிலேயே

குழந்தை பச்சையும் மஞ்சளுமான ஊளை திரவத்தை மலத்துவாரத்திலிருந்து தன்னையறியாமல் வெளியேற்றிக்கொண் டிருந்தது. பணியில் இருந்த நர்ஸ் ரப்பர் ஷீட் எடுத்து வந்து தந்தாள்.

மருந்து எழுதி வாங்கிக்கொண்டு ஊசி போட்டதும் வீட்டிற்குப் போய்விடலாம் என்றுதான் நினைத்திருந்தாள் வள்ளிமயில். ஆனால் டாக்டர் குறைந்தது 2 நாட்களாவது தங்க வேண்டுமென்று கட்டாயப்படுத்திவிட்டதால் தன்னுடன் பணிபுரியும் செண்பகம் டீச்சரிடம் விடுப்புக்கென ஃபோன் செய்து சொல்லிவிடலாம் என்று நினைத்தாள்.

மருத்துவமனையிலிருந்த நீலநிற டெலிபோன் பெட்டியில் ஃபோன் செய்வதற்காக வள்ளிமயில் சென்றபோது தேசிகன் பைக்கில் வந்து கொண்டிருப்பதைப் பார்த்தாள். அவள் தொலை பேசியில் நாணயத்தை இட்டு எண்களை அழுத்தத் தொடங் கினாள். செண்பகத்திடம் நடந்ததை முழுவதும் சொல்லி அழுது தீர்த்தாள். இன்று விடுப்பு எடுத்துக்கொள்வதாகச் சொன்னாள். செண்பகம் டீச்சர் சரி என்று சொல்லி, மாலையில் தன் கணவனுடன் ஆஸ்பத்திரிக்கு வருவதாகச் சொன்னாள். செண்பக மும் வள்ளிமயிலும் ஊராட்சி ஒன்றியப் பள்ளியில் ஆரம்ப வகுப்பு ஆசிரியர்களாகப் பணிபுரிந்துவந்தனர்.

தேசிகனுக்கு டாக்டர்கள் பலரையும் தெரியும். தேசிகன் மருந்து கம்பெனியொன்றில் பிரதிநிதியாக இருக்கிறான். பிரதிநிதி களின் வேலை காலையிலிருந்து இரவு வரை ஊர் ஊராகச் சென்று மருந்துக் கடைகளில் தங்கள் நிறுவனத்தின் உற்பத்திப் பொருள்களை, பிரம்மாண்டப்படுத்தி எடுத்துரைப்பதுதான். டாக்டர்களிடம் சென்று வேறுமாதிரியான சாதுர்யத்துடன் பேசி பிரம்மாண்டப்படுத்த வேண்டும். தேசிகனின் ஆங்கிலமும் மலையாளமும் மொழிக்கேற்றபடியான உடல்வாகும் திரேகத் தின் நிறமும் அவன் வசிக்கும் ஊரின் மாவட்டத்திற்கே தலை மைப் பொறுப்பைப் பெற்றுத்தந்தது. போதிய வருமானத்தின் சௌகர்யத்தில் அவனது குடும்பம் இருந்தபோதிலும், தினந் தோறும் நண்பர்களுடனான குடியும் தேவையற்ற உல்லாசப் பயணங்களும் அவனது முழுச் சம்பளம் வீடு வந்தடைய முடியா மல் செய்தன. சம்பளக் கணக்குகளைக் காட்ட வேண்டுமெனச் சண்டையிட்டால், அவளைச் சமாதானம் செய்யும் பொருட்டு, சினிமாவிற்கும் ஹோட்டலுக்கும் அழைத்துச் சென்றான். மாதத் தில் இரண்டு சினிமா பார்ப்பவர்களாகவும் அடிக்கடி ஹோட் டல்களில் இரவு உணவு சாப்பிடுபவர்களாகவும் அவர்கள் இருந்தார்கள்.

பாண்டியன் குடித்துவிட்டு வீட்டிற்கு வந்தான். வழக்கமாக வீட்டிற்குள் நுழைந்துவிடுபவன் மாடியறைக்குச் சென்றான்.

தேசிகன் தன்னிடமிருந்த சிகரெட்டை அப்போதுதான் எடுத்துப் பற்றவைத்திருந்தான். அவனிடம் அன்று ஒரு சிகரெட் மட்டும் தான் இருந்தது. பாதியைக் குடித்து அணைத்துவிட்டு நடு இரவுக்குமேல் தூக்கம் வராமல் இருக்கும்போது குடிக்கலாம் என மெதுவாக உதடுகளில் வைத்துப் புகையை இழுத்துக் கொண்டிருந்தான். அந்நேரத்தில்தான் பாண்டி மாடியறைக்கு வந்தான். வந்ததும் தரையில் பாயை விரித்துக் கால்களை நீட்டிக்கொண்டு படுத்தான். பிறகு தன்னிடமிருந்த சிகரெட்டை எடுத்து வாயில் வைத்துக்கொண்டு பற்றவைக்கச் சொன்னான். தேசிகன் அவனிடம் அரைப் பாக்கெட் சிகரெட் இருப்பதைத் தெரிந்துகொண்டான்.

சிறிதுநேரம் அவர்கள் இருவரும் எதுவுமே பேசவில்லை. அவரவர்கள் ஆழ்ந்த யோசனையோடு சிகரெட்டைப் புகைத்துக் கொண்டிருந்தனர். படுத்திருந்தவன் எழுந்து பாயில் உட்கார்ந்து கொண்டான். பிறகு தலையில் அடித்துக்கொள்ளத் தொடங்கி னான். சிகரெட்டை வேகவேகமாக இழுத்து மேஜையின் அருகே இருந்த குப்பை வாளியில் போட்டான். தேசிகன் அவன் போட்ட சிகரெட்டை வேகமாக வெளியே எடுத்துத் தரையில் அழுத்தித் தேய்த்து அணைத்துவிட்டு, பிறகு வாளியில் போட் டான்.

பாண்டியன் நல்ல போதை மயக்கத்தில் இருப்பதுபோலக் காட்டிக்கொள்ள முயற்சித்துக்கொண்டிருந்தான். உட்காரு வதும் படுப்பதுமாக இருந்தான். தன்னிடம் தேசிகன் என்ன பிரச்சினை? ஏன் இப்படிக் குடித்துவிட்டு வந்திருக்கிறாய் எனக் கேட்கமாட்டானா என நினைத்தான், தேசிகன் அவனைக் கண்டுகொள்ளவே இல்லை. தன் நண்பர்களிடம் அவன் கற்றுக் கொண்ட பாடம் இதுதான். என்ன விசயம் என்று கேட்டால், அன்று குடித்த மதுவின் போதையை அனுபவிக்க முடியாது. குடித்துவிட்டு சினிமா தியேட்டரில் உட்கார்ந்து கொள்வது, குடித்துவிட்டு பஸ்ஸில் பயணம் செய்வது எவ்வளவு மோசமான செயலோ அதே போலத்தான், குடித்துவிட்டு ஒருவன் பேசிக் கொண்டிருந்து வெறுமையாக போதையை நீக்கிவிடுவது.

தேசிகன் நண்பர்களுடன் குடித்தால், என்ன பேச வேண்டு மென்று முன்கூட்டியே தீர்மானம் செய்து வைத்திருப்பான். அதுவும் மதுக்கடையில் இருக்கும்வரைதான். கடையைவிட்டு வெளியே வந்துவிட்டால் அவன் யாருடனும் பேசமாட்டான். அதுமட்டுமல்ல யார் பேச்சைக் கேட்கவும் மாட்டான். போதை யோடு நடக்க வேண்டும். சிறிது நேரம் தனியாக பைக்கில் வேகமில்லாமல் செல்ல வேண்டும். முகத்தில் விழும் காற்றை எதிர்த்து வண்டியை ஓட்டிச்செல்வது அவனுக்குப் பிடித்த

மானதாக இருந்தது. வள்ளிமயிலுடன் வண்டியில் போகும்போது கூட மெதுவாகத்தான் ஓட்டிச்செல்வான். அவள் பள்ளிக்கூடத் திற்குச் செல்லும் அவசரத்தில் வேகமாக ஓட்டுங்கள் ... வேகமாக ஓட்டுங்கள் எனப் பின்னாலிருந்தபடி அவசரப்படுத்துவாள். காலை நேரத்தில், கிராமத்து சாலையில் எதிரே வரும் வண்டி களுக்கு வழிவிட்டு நுட்பமான நேர்கோட்டில் பயணிப்பவன் போல வண்டியை ஓட்டுவான். வள்ளிமயில் எரிச்சலாக, 'ஒரு மணி நேரமா ஓட்டிட்டுப் போவீங்களோ' எனக் கத்துவாள். அதேபோலதான் உணவு உண்ணும்போதும். சின்னப்புள்ள மாதிரி இட்டிலியை வச்சுகிட்டு விளையாடிக்கிட்டு இருக்கீங்களே எனத் திட்டுவாள். 'பிச்சு வாயிலப் போட்டுக்கிட்டு வந்தா என்ன. அதை வெச்சுக்கிட்டுக் கொஞ்சிக்கிட்டே இருக்காட்டீ.'

தேசிகன் அவளிடம் எதுவும் பேசமாட்டான். காலையில் மட்டும்தான் அவன் வீட்டில் உணவு சாப்பிடுவான். மதியமும் இரவும் அநேகமாக எல்லா தினங்களிலும் ஹோட்டல்களி லேயே சாப்பிட்டுவிட்டுதான் வீடு வந்து சேருவான். ஹோட்டல் களில் சாப்பிடும்போது, அவனுக்கு எந்தப் பதட்டமும் அவசர மும் உருவானதில்லை. திருவிழா மற்றும் கல்யாண சீசன்களில் மட்டும் காத்திருந்து அமர நேரிடும். தான் சாப்பிட்டு எழுவதற் கெனக் காத்திருப்பவர்கள் சில நேரங்களில் அவனுக்கு ஒருவித நெருக்கடியைத் தந்திருக்கிறார்கள்.

தேசிகன் தன்னோடு குறைந்தபட்சம், பாதி இரவு வரை யாவது பாண்டியன் பேசிக்கொண்டு இருப்பானென நினைத் தான். பாதி சிகரெட்டைக் குடித்துவிட்டு, தூங்க வேண்டுமென நினைத்திருந்தவன், அவனைக் கண்டவுடன் ஏமாற்றம் கொண் டான். தன்னுடன் பேச ஆரம்பித்தால், சீக்கிரம் பேசி அனுப்பி விட்டு, நிம்மதியாகத் தூங்கலாமென்று அவனைப் பார்த்தான்.

பாண்டியன் போதை தலைக்கேறியது போன்ற பாவனை யில், தேசிகனிடம் பேச ஆரம்பித்தான். பாண்டி மூன்று வீடு கள் வாடகைக்கு விட்டிருக்கிறான். ஒவ்வொரு வீட்டின் முன்பாக வும் கடை. மூன்று கடைகள், வீடுகளின் வாடகைப் பணமே அவர்களின் செலவுக்கு அதிகமாக இருந்தது. இது தவிர கிரா மத்தில் அவனது தோட்டமும் வயலும் இருக்கிறது. முப்பது நாற்பது நபர்கள் தொடர்ந்து வேலை செய்துகொண்டே இருப் பார்கள். மாமாவின் மகள்தான் காவேரி. திருமணத்திற்குப் பிறகு வேப்பம் முத்துக்களைக் காயவைத்து, ஆட்டி எண்ணெய் எடுக்கும் மிஷினை வைத்து வியாபாரம் நடத்த வேண்டுமென ஊருக்கு வந்துவிட்டார்கள். மிஷின் போட்டு எண்ணெய் ஆட்டி எடுக்கும் இடம் வீட்டின் பின்புறம் இருந்தது. வியாபாரத்திலும் வேலை செய்யும் பெண்களிடமும் கறாராக இருப்பான் பாண்டி

யன். தன்னிடம் வேலை செய்யும் பெண்களின் பெயர்கூட அவனுக்குத் தெரியாது.

திருமணம் முடிந்து குழந்தை பெற்று வரும்வரை அவர்கள் வீட்டில் பெரியதாகப் பிரச்சினை இல்லை. சிரிப்பும் கூடலுமாக இரவு முடிந்தது. வீட்டின் உள் அறைகளில் எப்போதும் 100 மூட்டைகளுக்குமேல் வேப்பம் கொட்டைகள். எண்ணை மில்லில் தான் இல்லாதபோது தன்னைத் தேடி யாரும் வீட்டிற்குள் வரக் கூடாது என்று வியாபாரிகளையும் ஊழியர்களையும் எச்சரித்திருந்தான். அவர்களுக்குக் குழந்தை பிறந்ததும்தான் பிரச்சினை.

காவேரிக்கு ஆப்ரேஷன் செய்து குழந்தை பிறந்ததால், நான்கு மாதங்களுக்கு மேல் அவளது தாய்வீட்டிலேயே இருந்தாள். குழந்தையுடன் பேசுவதும் உறங்குவதுமாக இருந்தவள், தன்னையும் பிறிதொரு குழந்தையாகவே கருதத் தொடங்கிவிட்டாள். இதற்கு ஏற்றாற்போல குளிக்கவைக்க வரும் மூதாட்டி குழந்தைக்குச் செய்யும் குளியல் பணிகளைப்போல அவளுக்கும் செய்ததும், அவளது மனநிலைக்கு ஏற்றதுபோல இருந்தது. குழந்தைக்கு மருந்து தரும் தன் அம்மா, தனக்கு உணவு ஊட்டி விட்டு, மாத்திரைகளையும் டானிக்கும் தந்துவிட்டுப்போனது அவளது எண்ணங்களுக்குச் சௌகரியமாக இருந்தது. தான் ஒரு குழந்தை என்றே 17 வயது நிரம்பிய காவேரி தன் இரண்டு மாதக் குழந்தையோடு பழகிக்கொண்டிருந்தாள். ஸ்தனங்களைக் காட்டிப் பால் புகட்டும்போது, ஊசி முனையளவு உடலில் ஏறும் சிறு மோகம் குழந்தையிடம் தரும் முத்தங்களில் மறந்து போனது.

காவேரி குழந்தையைப் போலத் தவழத் தொடங்கிவிடுவாள் எனப் பயந்த பெற்றோர் அவளைக் கணவனிடம் அனுப்பி வைத்தனர். உண்மையிலேயே அவள் தன் கணவனின் பெயரையும் முகத்தையும் மறக்கத் தொடங்கியிருந்தாள். எட்டு மாதங்கள் குழந்தையுடன் மட்டும் பழக்கம் கொண்டு, தன்னைச் சுற்றியிருந்த வேறு யாருடனும் பழக்கமில்லாததன் விளைவுதான் இது என லேடி டாக்டர் சொல்லியதன் பிறகு அனைவரும் சமாதானம் கொண்டனர். அவள் குழந்தமையிலிருந்து தன்னை மீட்டுக் கொள்வதற்குள் மீண்டும் கரு உண்டாகிவிட்டது. டாக்டருடன், பெற்றோர்களும் மனவருத்தம் கொண்டு 18 வயது நிரம்பாத பிள்ளைக்குத் திருமணம் செய்வதே தவறு என ரகசியமாகக் கருவைக் கலைத்துப் பத்து நாட்கள் மருத்துவமனையில் ஓய்வெடுக்கச் செய்து வீட்டுக்கு அனுப்பினார்கள். அதற்குப் பிறகுதான் அவள் தன்னைக் குழந்தையுடன் அதிகமாகப் பிணைத்துக் கொள்ளத் தொடங்கினாள் என்றே சொல்ல வேண்டும்.

எந்தவிதமான உணவும் அவளுக்குச் சமைக்கத் தெரிந்திருக்க வில்லை. முழுமையாக அனைத்தையும் மறந்திருந்தாள். ஜீனி என்ற பொருள் எதற்கு என்றே தெரியாத அளவிற்கு அவளது உடலும் மனமும் தன்னுடைய குழந்தையுடன் இணைந்திருந் தது. ஒரு குழந்தையைப் போல பசிக்கும்போது பிஸ்கட்டு களையும் பவுடர் கலக்கிய திரவத்தையும் குடித்துவரத் தொடங்கி னாள். பாண்டியன் எரிச்சலும் கோபமும் கொண்டவனாக இருந்தான். வியாபார மன உளைச்சலில் அவன் வீட்டிற்கு வருவது இரண்டு காரணங்களுக்காகத்தான் – நன்றாகச் சாப்பிட்டுவிட்டு, சம்போகித்துவிட்டு, நிம்மதியாக உறங்க வேண்டும்.

பாண்டியனுக்கு 22 வயதுதான். மிகவும் இளம் வயதிலேயே திருமணம் முடித்துவிட்டார்கள். இருவரது பெற்றோர்களும் அவர்களுக்கு மிக இளவயதிலேயே திருமணம் செய்துவிட்டது தான் பிரச்சினை என டாக்டர் திரும்பத்திரும்பச் சொன்னார்.

எந்தப் பொருளின் பெயரும் காவேரிக்கு ஞாபகமில்லை. சோப்பு எடுத்துக்கொண்டுவா ... என்றதற்கு அவள் குழந்தையின் குளியல் சோப்பை எடுத்துக்கொண்டு அவனிடம் தந்திருக் கிறாள். அவள் இன்னமும் தனது குழந்தையிடமிருந்து விடுபட்டு வரவில்லையென டாக்டர் சொல்லிவிட்டார். மருந்து மாத்திரை எதுவுமில்லை. சிறுவயதுத் திருமணமும் உடன் பழகுவதற்கு யாருமில்லாததும்தான் இந்தப் பிரச்சினைக்குக் காரணம் என முடிவுசெய்து எப்போதும் இரண்டு, மூன்று நபர்கள் அருகில் இருந்தார்கள்.

அவளது அம்மா குழந்தையைப் பராமரிக்கவும் அவளுடன் பேசவுமாக இரண்டு மாதங்கள் வரை உடன் இருந்தாள். தன் மகள் மெல்ல மெல்ல, இந்த பிரமையிலிருந்து மாறிவிடுவாள் என நம்பியிருந்தாள். ஒரு மழைக் காலத்தில் குழந்தைக்குக் காய்ச்சல் வந்தபோது அவள் மன அளவில், முழுதாகக் குழந்தை யாகவே மாறிவிட்டாள் என்பதை உணர்ந்து பயந்தவளாக, தன் ஊருக்கு யாரிடமும் சொல்லாமல் சென்றுவிட்டாள்.

அதற்குப் பின்பாகத் தன் மனைவியை வேறு யாராலும் குணப்படுத்திவிட முடியாது என்றும் தன்னால் மட்டுமே குணமாக்கி, திருமணமான புதிதில் அவளிடமிருந்த சிரிப்பைக் கொண்டுவர முடியுமெனவும் நினைத்தான் பாண்டியன். நண்பர் கள் அனைவரும் அவன் வசமுள்ள சான்றிதழை வைத்து விவகாரத்துச் செய்துவிடலாமென யோசனை சொன்னார்கள். ஆனால் தன் மனைவியை, அவள் குழந்தையை நேசிப்பதை விட அதிகமாக நேசிப்பதாகவும் அவளை விடுத்துத் தன்னால் இருக்க முடியாது என்றும் சொல்லி தேசிகனிடம் அழுதான் பாண்டியன்.

தேசிகன், ஏன் தினமும் அப்பெண்ணைத் திட்டிக் கொண்டிருக்கிறாய் என்று கேட்டதற்கு, "அவளைக் கடுமையான சொற்களால் திட்டும்போதுதான் என்னைக் கணவன் என்றே நினைக்கத் தொடங்குகிறாள் என்று நினைக்கிறேன். உண்மையிலேயே அவளை திட்டுவது திட்டமிட்டோ வேண்டுமென்றோ அல்ல. கோபம் மனிதனின் சுபாவம்தான்" என்று போதை தெளிந்து பேசிவிட்டுக் கீழே சென்றுவிட்டான்.

தேசிகன், செண்பகம் டீச்சரிடம் 'கோபமும் காமமும் எல்லோருக்கும் இருக்கக்கூடியதுதான் ...' என்று ஆங்கிலத்தில் சொல்லியது ஞாபகத்திற்கு வந்தது. குழந்தையை மருத்துவ மனையில் சேர்த்திருந்த இரவில், செண்பகம் டீச்சர் தன் கணவனுடன் வந்தாள். டீச்சரும் வள்ளிமயிலும் நெருக்கமானவர்கள். அவர்கள் இருவரும் அறையைவிட்டு வெளியேறி சிறிது நேரம் பேசிவிட்டு வந்தார்கள். டீச்சரும் தேசிகனிடம் 'எல்லாவற்றிற்கும் ஒரு லிமிட் இருக்கு ஸார். நீங்க ரொம்ப அதிகமாகப் போறீங்க' என்றாள். தேசிகன், டீச்சர் இப்படிப் பேசுவாள் என்று எதிர்பார்க்கவில்லை. பதிலுக்கு என்ன சொல்வது என்று தெரியாதவனாக, 'என்னோட குடும்ப விசயங்களில் நீங்க எப்படித் தலையிடலாம்' என்று கேட்டான்.

வார்த்தைகள் தடித்தும் கூர்மையடைந்தும் அறிவுத்தனமாகவும் முட்டாள்தனமாகவும் கலந்து அந்த அறையில் ஒருவரிடமிருந்து ஒருவரிடம் வெளியேறிக்கொண்டிருந்தது. செண்பகம் டீச்சர் முடிவாக வள்ளிமயிலிடம் 'டைவர்ஸ் செய்துவிட்டு நிம்மதியாக இரு' என்று சொல்லிவிட்டுக் கிளம்பிவிட்டாள். அந்த நிமிடத்திலிருந்து வள்ளியும் விவாகாரத்து செய்ய வேண்டுமெனப் புலம்ப ஆரம்பித்தாள். குழந்தையைப் பார்க்கவந்த பெற்றோரிடமும் பிற உறவினர்களிடமும் அதையேதான் சொல்லிக்கொண்டிருந்தாள். அவளைச் சமாதானம் செய்துவிடலாமென்றுதான் தேசிகன் முதலில் நினைத்தான். ஆனால் மருத்துவமனையிலிருந்து வீட்டிற்கு வந்ததும், அவனை நுழைய விடவில்லை. மீறி வந்தால் தான் தூக்குப் போட்டு இறந்துவிடுவதாகக் கத்தினாள். 'செண்பகம் டீச்சர், உங்கள் வாயில் மண்ணெண்ணெயை ஊற்ற வேண்டும்' என்று பதிலுக்குக் கத்தினான் தேசிகன்.

அன்றிரவே தனது பைக்கை எடுத்துக்கொண்டு நகரிலுள்ள மருந்து கம்பெனி பிரதிநிதிகள் தங்கும் வாடகை குறைந்த லாட்ஜில் தங்கினான். இரண்டு மூன்று நாட்களில் சகஜமாகி விடுவாள் என்றுதான் நினைத்தான். ஒரு வாரம் கழிந்த பிறகும், தன்னுடன் பேச மறுத்துவிடுவதைக் கண்டதும் துக்கம் கொண்டவனாகத் தன் நண்பர்களை விட்டு செண்பகம் டீச்சரிடம்

பேச வைத்தான். திரும்பி வந்தவர்கள், உண்மையிலேயே அவள் வாயில் மண்ணெண்ணெயை ஊற்ற வேண்டுமென்று சொன்னார்கள். அன்றிரவுதான் அவன் வள்ளிமயிலைவிட்டுத் தான் இனி ஒரு நாள்கூட இருக்க முடியாது எனக் காலையில் பள்ளிக்குச் சென்றான்.

கட்டடத்தைவிட்டு வெளியே வர மறுத்தவள் நீண்ட நேரத் திற்குப்பிறகு அவன் நின்றிருந்த இடத்திற்கு வந்தாள். தேசிகன் "நான் வேண்டுமென்றே எதுவும் செய்ததில்லையென்பது உனக்குத் தெரியாதா? என்னைக் குற்றவாளியாக்கி எல்லோர் முன்பாகவும் அவமானப்படுத்திவிட்டாயே" என்றான். அவள் எதுவும் பேசவில்லை. பிறகு அவன் "பிள்ளையின் வயிற்றுப் போக்கிற்கு பவுடர் பாக்கெட் வாங்கிக்கொண்டு வந்தேன். கலக்கி ஊற்றியிருந்தால் கொஞ்சம் நின்றிருக்கும். பிறகு ஆன்ட்டி பயாடிக் டானிக் தரலாம் என்று நினைத்திருந்தேன்" என்றான். அவள் நிமிர்ந்து பார்த்து "இதைச் சொல்றதுக்கு உங்களுக்கு வெட்கமா இல்லையா. வீட்டுக்குள்ள நுழையும் போதேயா உங்க பின்னாடி நான் பெட்ரூமிற்கு வந்துடனும். கேவலமாக இருக்கு" என்றாள். சொல்லிவிட்டு, தான் ஏன் இப்படிச் சொன் னோம்?... என வருந்தினாள்.

உண்மையிலேயே திருமணம் முடிந்த ஒரு வருட காலத் திற்குப் பிறகு இப்போதுதான் அவன்மீது வள்ளிக்கு மோகமும் அன்பும் கூடிவந்தது. அவளும் தேசிகனைவிட்டுப் பிரிந்திருந்த நாட்களில் காதல் கொள்ளத் துவங்கினாள். தன் வருத்தத்தையும் கவலைகளையும் வலிகளையும் ஏன் தேசிகன் புரிந்துகொள்ளவே முயற்சிக்காமல் இருக்கிறான் என்று நினைத்தாள் வள்ளிமயில். என்றாவது அவனிடம் தனது பிரச்சினைகளைச் சொல்லியிருக் கிறோமா? தன்னுடைய பிரச்சினைகள் போல அவனுக்கும் ஏதாவது இருக்கும் என்று என்றாவது யோசித்திருக்கிறோமா என்று வள்ளிமயில் தன்னையே கேட்டுக்கொண்டிருந்தாள்.

"என்ன ஸார், உங்க பிரண்ட்ஸ் எல்லாம் என் வீட்டுக்கு வந்து மிரட்டிட்டுப் போறாங்க. வக்கீல் வைச்சுக்கப் போறீங் களாமே. என்னோட தங்கை போலீஸ் கான்ஸ்டபிள் தெரியுமா" என்று செண்பகம் டீச்சர் வேகமாகப் பேசினாள். "நீ தைரியமாக இரு வள்ளி. ஒரு முடிவு பண்ணிடலாம்" என்றாள்.

அதன் பிறகுதான் தேசிகன் வேப்பம் எண்ணெய் மில்காரன் பாண்டியனிடம் பேசி வாடகைக்குக் குடி வந்தான்.

III

எனது அறையின் கதவைப் பூட்டிவிட்டுப் பணிக்கென வெளியே கிளம்புகிறேன் வள்ளிமயில். நகரத்தின் வீதிகளில்

ஜனங்களுடன் நடக்கிறேன். எல்லோருக்கும் மேலிருக்கும் சூரியன்தான் எனக்கும். எனக்கென்று தனியாக சாலையும் ஊரும் தெருவும் இல்லை. சூரியனும் சந்திரனும் இல்லை வள்ளிமயில். ஆனால் எனக்கென்று சொந்தமாக இருப்பது என் மனைவியும் என் குழந்தையும்தான் என்பதை நீ புரிந்துகொள்ளா மல் இருக்கிறாய். நண்பர்கள் 'தற்கொலை செய்துகொள்வேன்' என்று பயந்துகொண்டுதான் இரவு நேரங்களில் வந்து பார்வை யிட்டுச் செல்கிறார்கள். ஏன் நீ என்னை வீட்டுக்கு வாருங்கள் என அழைக்காமல் இருக்கிறாய் வள்ளிமயில்? என்னைப் பள்ளிக் கூடத்தில் கொண்டுபோய் விடுங்கள், ரொம்ப லேட்டாகிவிட் டது என்று திடீரெனக் காலையில் என்முன் வந்து நின்று விடுவாய் என்றும் நம்பிக்கொண்டுதான் இந்த வீதியில் நடக்கிறேன்.

7

இரண்டு நபர்களைப் பற்றிய ஒரு செய்தி

பாக்கியம் தன் அப்பா கட்டட வேலைக்குப் போகுமிடத்திலிருந்து, கூழாங்கற்களை எடுத்துவந்து வீடு கட்டுவாள். அவளுடன் வீடு கட்டித்தருவதில் உதவியாக இருந்தாள் விஜயா. பாக்கியத்திற்கும் அவளது சகோதரி விஜயாவிற்கும் வீடு கட்டத் தெரியவில்லையென அவர்கள் அப்பா குட்டைக் குருசாமி திட்டினார். கூழாங்கற்கள் வீட்டில் அறைகளே இல்லை. சிறிய அழகான வீடுதான், ஏன் அப்பாவிற்குப் பிடிப்பதில்லையெனச் சகோதரிகள் இருவரும் அம்மாவிடம் புலம்பித் தவிப்பார்கள்.

பாக்கியம் கட்டிய கூழாங்கல் வீட்டில் நிறைய ஓட்டையிருந்தது. இரண்டு கூழாங்கற்களின் ஊடே வெளிச்சம் புகுந்துகொண்டது. கூழாங்கற்கள் ஒன்றோடு ஒன்று ஒட்டிக்கொள்ளவே இல்லை. நிற்காமல் ஆடியபடி கீழே விழுந்தது. பாக்கியம் சிமிண்ட் எடுத்துவந்து பூசி விடலாமா என யோசனை செய்தாள். பிறகு வீடு கட்டு வதை நிறுத்திவிட்டுத் தெருப் பிள்ளைகளோடு ‘உஷார்’ விளையாடத் தொடங்கினாள். யாரும் இல்லாதபோது அவள் கட்டிய கூழாங்கற்கள் வீட்டைப் பார்ப்பதற்கு அழகாக இருக்கும். இருபக்கமும் இரண்டு மரங்களை வைத்துவிட்டால் எப்படி இருக்குமெனக் குட்டைக் குருசாமி யோசிப்பார்.

குட்டைக் குருசாமிக்கு ஊரில் நிறைய காண்ட் ராக்டர்கள், போட்டியாகவும் எதிரிகளாகவும் வந்துசேர்ந் திருப்பதை நினைத்து இரவில் உறக்கம் வருவதில்லை. அடுத்த காண்ட்ராக்டர்களைவிட, சதுர அடிக்கு 100, 50 என்று குறைத்து வேலை செய்துகொண்டிருந்தார். 1850 சதுர அடி கொண்ட 1937ஆம் வருடம் லாகடம் போட்டுக் கட்டிய வீட்டை முழுவதுமாக இடித்துப்

புதிய வங்கி ஒன்றின் கிளை அலுவலகத்திற்கு என்று 'ஸ்கெட்ச்' போட்டு நான்கு நாட்களுக்கு மேல் ஆகிவிட்டது. வீட்டை இடிப்பதற்கு வேலையாட்கள் யாரும் வரவில்லை. வீட்டுக்காரரும் நான்கு நாட்கள் அமைதியாக இருந்துவிட்டுக் குருசாமியைத் திட்டி அனுப்பிவிட்டார். அவரிடம் வேலை செய்யும் ஆட்கள் இரண்டு தினங்கள் மட்டும் என்று சொல்லிவிட்டு வேறு காண்ட்ராக்டரிடம், பதினைந்து நாட்களுக்கு மேலாக வேலை செய்து கொண்டிருக்கிறார்கள். "சென்ட்ரிங்' முடித்து வந்துவிடு கிறோம்' எனக் குருசாமி சத்தம் போட்டபோது பதில் சொன்னார்கள். குருசாமி ஒன்றும் பேச முடியவில்லை. தன் அவசர வேலைக்கு ஆட்கள் வர வேண்டுமென விட்டுவிட்டார்.

குருசாமியிடம் இரண்டு சித்தாட்கள் மட்டும் இருந்தனர். அதுவும் பெண்கள். வீட்டுக்காரர் போட்ட சத்தத்தில் கோபமாகி வீட்டிற்குத் தூங்குவதற்கென்று வந்தவர், வாசலில் சித்தாட்களைப் பாத்ததும், உடுத்தியிருந்த வேட்டியையும் சட்டையையும் கழற்றிப் போட்டுவிட்டு, மாற்றுத்துணி போட்டுக்கொண்டார். சித்தாள் பொம்பளப் பிள்ளைகளை அழைத்துக்கொண்டு, ஜவுளிக் கடைக்காரர் வீட்டிற்கும் போனார்.

மெயின் பஜாரில் இருந்த 1850 சதுர அடி வீட்டை இடிப்ப தற்குப் பத்து ஆட்கள் இருந்தால் ஏழு தினங்களும், ஏழு ஆட் கள் இருந்தால் பத்துத் தினங்களும் ஆகும். இரண்டு சித்தாட் களை வைத்துக்கொண்டு ஏதாவது ஒரு வேலையை முடித்து விட வேண்டுமெனத் திட்டமாக இருந்தார். வீட்டைத் திறந்து எல்லா அறைகளையும் ஒருமுறை பார்த்தார். மின்சார இணைப்பு துண்டிக்கப்பட்டு, எல்லா அறைகளிலுமிருந்த வயரிங்கைப் பிரித்து இருந்தார்கள். சுவர்களில் ஆணிகள் மட்டுமே இருந்தன. ஏற்கனவே அந்த வீட்டில் தனது தளவாடப் பொருட்களை வைத்திருந்தார். நான்கு பக்கப் பொது மதில் உள்ள வீடு. ஊடு சுவரிலுள்ள கதவுகளையும் ஜன்னல்களையும் இடிப்பதெனச் சித்தாள் பெண்களுடன் பேசி முடிவுசெய்தார். குருசாமி சட்டையைக் கழற்றிப் போட்டுவிட்டுக் கடப்பாறையை எடுத்துக் கொண்டார். சமையல் அறை ஜன்னல், கன்னிமூலை ஜன்னல் என இரண்டு அறைகளின் ஜன்னலைப் பெயர்த்து எடுப்பதற்குள் பொழுது பகலைத் தாண்டிவிட்டது. சித்தாள் பெண் ஒருத்தி குடிப்பதற்குத் தண்ணீர் கொண்டுவந்து தந்தாள். டீ குடிக்கலா மென வாங்கி வரச் சொன்னார்.

ஜன்னல்கள் இல்லாத வீட்டை அவர் பார்த்தார். வீடு முழுமையாக சிதலமடையத் தொடங்குவதை அந்த நிமிடத்தில் உணர்ந்தார். சுண்ணாம்பும் மணலும் சேர்ந்த கட்டடம். சுண் ணாம்பின் வாசம் தூசியாக எழுந்தது. அகலமற்றதும் கூடுதல்

நீளமானதுமான செங்கற்கள், சிவப்பு நிறம் இழந்துவிடாமல் இருந்தன. ஒரு வீடு வயதான மனிதனைப் போலதான். நாள்பட நாள்பட மனிதனுக்கு வயோதிகம் வந்து சேர்வதுபோல, வீட்டிற்கும் வயதான தோற்றம் கூடிவிடுகிறது என நினைத்தார் குருசாமி.

டீ குடித்துக்கொண்டே திரும்பவும் ஒவ்வொரு அறையாகச் சென்று பார்த்தார். 'ஏன் இந்தாளு திரும்பத்திரும்ப இப்படி எல்லாத்தையும் பார்க்கிறான்' எனச் சித்தாள் பெண்கள் பேசிக் கொண்டனர். லாகடம் மரக்கட்டைகளில் இருந்த 'யூ' கொண்டிகள். கொண்டிகளில் தொட்டில் கயிறு மாட்டும் 'எஸ்' கொண்டிகள் சமையலறை தவிர்த்து, பிற எல்லா அறைகளிலும் இருந்தன. வெய்யில் இடிந்து கிடக்கும் ஜன்னலைத் தாண்டி விழுந்தது. வீட்டின் வாசலில் ஒரு பெண் கைப்பிள்ளையைத் தூக்கி வைத்துக்கொண்டு நின்றாள். இடித்துக்கொண்டிருக்கும் வீட்டை வேடிக்கை காட்டியபடி பிள்ளையின் அழுகையைச் சமாதானம் செய்தாள். வாயில் ஊட்டிவிட, ஊட்டிவிடப் பிள்ளை துப்பிக்கொண்டே இருந்தது.

குட்டைக் குருசாமி டீ டம்ளரைக் கொடுத்துவிட்டுக் கடப்பாறையை எடுத்துக்கொண்டார். அடுத்த அறையின் ஜன்னலை இடித்தார். சித்தாள் பெண் மம்பட்டியில் மண்ணையும் செங்கலையும் அள்ளித் தட்டில் போட்டு வாசலுக்கு நேராகக் கொட்டினாள். தூசி புகைபோலக் கிளம்பியது. மூக்கையும் வாயையும் பொத்திக்கொண்டு கைப்பிள்ளையை வைத்திருந்த பெண், அவள் வீட்டுப் பக்கம் நடந்துபோனாள்.

சித்தாள் பெண்கள் ஜன்னல்களைத் தூக்கி உள் அறையின் மதிலில் சாய்வாக நிறுத்திவைத்தார்கள். ஐந்து ஜன்னல்களை அவர்கள் இடித்து பெயர்த்திருந்தனர். ஜன்னல்களில் ஊடு கம்பிகள் சதுரமாகவும் கனமாகவும் இருந்தது. என்ன மரம் என்று தெரியவில்லை. கட்டைகள் இற்றுப் போயிருந்தன.

ஜன்னல்களை வைத்த அறையில் சிறுபிள்ளைகள் விளையாடும் கடல் பஞ்சு அட்டையில் செய்யப்பட்டு வர்ணம் தீட்டப்பட்ட வீடு இருந்தது. இந்த வீட்டின் கதவிற்குத் தங்கநிற ஜிகினா காகிதம் ஒட்டியிருந்தது பார்ப்பதற்கு மேலும் அழகாக இருந்தது. சித்தாள் பெண்ணில் ஒருத்தி தன் வீட்டுப் பிள்ளைக்கு அட்டைப் பெட்டி வீட்டை எடுத்துச் செல்ல வேண்டுமென விரும்பினாள். அவள் வேறு யாரும் அதை எடுத்துச் செல்லக்கூடாதென வேறு இடத்தில் ஒளித்துவைத்தாள்.

குருசாமி, வேலைசெய்தது போதும், வீட்டிற்குச் செல்லலாமென்றார். தொட்டி நீரில் முகம் கழுவிக் கொண்டு கிளம்

பினார். வீட்டின் கதவைப் பூட்டிச் சாவியைத் தனது ஜேப்பியில் வைத்துக்கொண்டார். சித்தாள் பெண் அட்டைப்பெட்டி வீட்டை எடுத்துக் கொள்ளாமலேயே வந்துவிட்டோமே எனச் சங்கடப் பட்டவளாகத் தன் வீட்டிற்கு நடந்தாள்.

○

அந்த வீட்டைக் குருசாமி தன் பணியாட்களுடன் தொடர்ந்து மூன்று தினங்களாக இடித்தார். அவரிடம் வேலை செய்யும் பணியாட்கள் அனைவரும் வேலைக்குத் திரும்பியிருந் தனர். லாகடம் கட்டைகளைச் சேதாரமில்லாமல், வெளியேற்று வதுதான் முக்கியப் பணி எனப் பணியாட்களிடம் சொல்லிக் கொண்டிருந்தார். மொத்தம் 127 கட்டைகள். யாவுமே தேக்கு. லாகடத்தை இடிக்கும்போதுதான் வீட்டுக்காரர் வந்து, கண் காணிப்பதும் துரிதப்படுத்துவதுமாக நின்றிருந்தார். அன்றும் வேலை முடிந்து செல்லும்போது சித்தாள் பெண் அட்டைப் பெட்டி வீட்டை எடுத்துச் செல்ல முடியாமல் போனது. அவள் நாளையும் வீட்டை எடுத்துச்செல்ல இயலாமல் போனால், அட்டைப் பெட்டி வீட்டைத் தனித்தனியாகப் பிரித்து மடியில் ஒளித்துக்கொண்டு போய்விடுவதென முடிவு செய்து வீட்டிற்குச் சென்றாள்.

127 தேக்குக் கட்டைகளை லாரியில் ஏற்றுவதற்கென வீட்டுக்காரரும் குட்டைக் குருசாமியும் அவரது பணியாட்களும் இரவுவரை காத்திருந்தனர். லாரி இரவு 10:15 மணிக்கு வந்து வீட்டு வாசல்முன் நின்றது. ஏற்கனவே உருட்டுக்கட்டைகளை எடுத்து வைத்திருந்தனர். 127 லாகடக் கட்டைகளை உருட்டுக் கட்டைகளை வைத்து உருட்டி உருட்டி லாரியில் ஏற்றிவிட்டார் கள்.

வீட்டின் வாசலில் நின்று இடிக்கப்படாத முன் மதிலையும் பூட்டி இருந்த வாசல் கதவையும் மேல் லாகடமற்ற சுவர்கள் இடிக்கப்பட்ட வீட்டைப் பார்த்தபோது, வீட்டுக்காரர் அதுவரை யிருந்த வேகமும் கோபமும் மறைந்து துக்கம் கொண்டவராக நின்றிருந்தார். உடனே அவரது குணம் இப்படி மாறிவிட்டது எனக் குருசாமி ஆச்சரியப்பட்டவராக வீட்டுக்காரர் நின்றிருந்த இடத்தின் அருகே நின்று இடித்துப் போட்ட வீட்டைப் பார்த் தார். வீட்டினுள் சுவர் வைத்திருந்த இடம் தடமாக இருட்டிலும் மூங்கில் கம்பில் கட்டிய ட்யூப்லைட் வெளிச்சத்திலும் தனியாகத் தெரிந்தது. பானம் தோண்டுவதற்குக் காலையில் வரிகோடு போட்டுத் துவங்க வேண்டும். 'ஸ்கெச்' படக் கருப்பு பென்சில் கோடுகளை குருசாமி, இடிந்து கிடக்கும், வீட்டின் காலியான இடத்தில் மனதில் பொருத்திப் பார்த்தார். வர்ணம் தீட்டப் படாத, சிமிண்ட் பூச்சற்ற செங்கல் மதில், அவரது மனதில்

எழுந்தது. இரவு பசியில் மேலும் சுவரைக் கற்பனை செய்ய முடியவில்லை.

வீட்டுக்காரர் பூட்டிக்கிடக்கும் வாசலில் அமர்ந்துகொண்டார். இந்த வீட்டில்தான் எல்லோரும் பிறந்தார்கள். அவரது சகோதரர்களும் சகோதரிகளும் இந்த வீட்டில்தான் பிறந்தார்கள் என்று குருசாமியிடம் சொன்னார். குருசாமிக்குப் பசி. சைக்கிள்கூட எடுத்துவரவில்லை. இந்த இடத்திலிருந்து நடந்து வீட்டிற்குப் போவதற்குக் குறைந்தபட்சம் முப்பது நிமிடங்களாகும். வீட்டுக்காரர் அடைமழைபோலப் பேசிக்கொண்டிருக்கக் கூடியவர். அவர் வாசலில் தன் அருகே குருசாமியை உட்காரச் சொன்னார். அவரது கண்கள் கலங்கியிருந்தது.

"கல்கத்தாவில் எங்கள் தாத்தா ஜவுளிக் கடை வைத்திருந்தார். அவர் சம்பாதித்து கட்டிய வீடுதான் இது. ஊரில் ஜவுளி வீடு என்றால் உங்களுக்கே தெரியுமே எவ்வளவு பெயரென்று. எங்கள் அப்பா இந்த வீட்டில் பிறந்தார். அவர் பிறக்கும்போது லாகடமெல்லாம் போட்டிருக்கவில்லை. மழைக் காலத்தில் எங்கள் அப்பாவிற்கு காய்ச்சலும் குளிரும் அதிகமாக, வைத்தியம் செய்தார்கள். உடனே தாத்தா கூரையைப் பிரித்து லாகடம் போட்டுவிட்டார். கல்கத்தாவிலிருந்துதான் இந்த பர்மாத் தேக்குகளைக் கப்பலில் சென்னைக்குக் கொண்டுவந்து பிறகு ரெயிலில் ஏற்றி மதுரையில் சேர்த்தார்கள். இன்று அதையெல்லாம் விற்கும்போது வேதனையாக இருக்கிறது குருசாமி" என்றார்.

குருசாமி ஒன்றும் பேசவில்லை. இறந்தவர்களின் ஞாபகம் யாரையும் விட்டுவைப்பதில்லை. கண்களால் பார்க்கும்பொழுது உணரக்கூடிய வலி போன்றதுதான் அந்த ஞாபகம். இறந்தவர்களின் பொருளையும் புகைப்படங்களையும் பார்க்கக் கூடாது. ஞாபகங்கள் வேதனையைக் கொண்டுவந்துவிடும். குருசாமிக்கு என்ன செய்வது என்று தெரியவில்லை. பசியோடு அமர்ந்திருந்தார். 'காலையில் வருகிறேன் . . .' என்று சொல்லி எழுந்தபோது, வீட்டுக்காரர், 'வீட்டை இடிக்காமலேயே இருந்திருக்கலாம்' என்றார். குருசாமிக்கு, இந்த வார்த்தைகள் அவரது வாழ்வில் பழகப்பட்டவைதான். தங்களது பழைய வீட்டை இடித்துவிட்டு, புதிதாக வீடு கட்டுபவர்கள், ஏதேனும் ஒரு சந்தர்ப்பத்தில் இந்த வார்த்தையைச் சொல்லிவிடுவார்கள்.

குருசாமி வீட்டிற்குச் சென்றபோது அவரது குழந்தைகள் தூங்கியிருந்தனர். அவர்கள் கூழாங்கற்களை வைத்து வீடு கட்டி விளையாடிக் கொண்டிருக்கும் வழக்கமான இடத்தில், கூழாங்கற்கள் சிதறியிருந்தன. அவரது மனைவி சோறு போடும் வரை கூழாங்கற்களை வைத்து வீடு கட்டலாமென அமர்ந்தார்.

கூழாங்கற்களை ஒன்றன் மேல் ஒன்றென அடுக்கி வைத்தார். கூழாங்கற்கள் நிற்கவே இல்லை. நழுவி நழுவிக் கீழே விழுந்தன.

"பசியோடு இருக்கேன். சீக்கிரம் சாதம் வையின்னு சொன்னீங்க. இப்போ சின்னப்புள்ளைய மாதிரி வீடு கட்டி விளையாடுறீங்களே" என்றாள் அவரது மனைவி. அவர் சிரித்தபடி "சும்மா" என்று கைகளைக் கழுவிகொண்டு தட்டின் முன் அமர்ந்தார். அவரது மனைவி "ஒரு வழியா இடிச்சு மட்டம் பண்ணியாச்சா ஜவுளிக் கடைக்காரங்க வீட்டை" என்று கேட்டாள்.

"உனக்கு எப்படித் தெரியும்?"

"நீங்கதான் வந்ததிலிருந்து சிரிச்சுக்கிட்டே இருக்கீங்களே."

குருசாமி உண்மையிலே சிரித்துக்கொண்டுதான் வீட்டுக்குள் நுழைந்தார். தன் கணவன் சிரித்துக் கொண்டே இருந்தால், சிடுசிடுவென எரிந்து விழுந்தால் என்ன அர்த்தம்; தான் என்ன செய்ய வேண்டுமென ... அவள் தெரிந்துவைத்திருந்தாள்.

"ஜவுளிக்கடைக்காரங்க வீடு பெரிய வீடாமே" என்றாள் அவள். குருசாமி பதிலுக்கு என்ன பேசுவது என்று தெரியாதவராகச் சாப்பிட்டுக்கொண்டிருந்தார். அவள் திரும்பவும், "வீட்டை இடித்து லாட்ஜா கட்டப் போறான்" என்று கேட்டாள். அவர் ஏன் தன் மனைவி அந்த வீட்டைப் பற்றித் திரும்பத் திரும்பக் கேட்டுக்கொண்டே இருக்கிறாளெனச் சாப்பிட்டுவிட்டு எழுந்து கொண்டார்.

சாப்பாட்டுத் தட்டைக் கழுவியபடி அவள் திரும்பவும் "ஜவுளிக்கடைக்காரரு பேரனுக்குப் பிள்ளையே இல்லையாமே ..." என்று சொன்னதும் குருசாமி தன் மனைவியைப் பார்த்தார். அவள் துணிக்காரத் தாத்தாவிற்கு ஒரு மகன் என்றும் கல்கத்தாவில் ஜவுளிக்கடையில் வேலை பார்த்த பிள்ளையைக் கல்யாணம் செய்துகொண்டார் என்றும் சொன்னாள்.

குருசாமி பரபரப்பாக 'அப்புறம்' என்றார். 'அவங்களுக்குப் பிறந்த பிள்ளைதான் உங்களை வேலைக்குக் கூப்பிட்டவரு' என்றவள், சிறிது தயங்கியவளாக, 'அவருக்கு கொஞ்சம் சித்த பிரமை மாதிரி அடிக்கடி அழுவாரு' என்றாள். இது போன்ற விசயங்கள் எப்படி இவளுக்குத் தெரிந்திருக்கிறது என்று யோசித்தவராக உறங்கினார்.

காலையில் பானம் தோண்டுவதற்கு ஆட்கள் ஜவுளிக் கடைக்காரரின் வீட்டின் முன்னால் நின்றபோது வெய்யில் ஏறியிருக்கவில்லை. குட்டைக் குருசாமி வீட்டுக்காரரின் முகத்தை ஏறிட்டுப் பார்க்க இயலாதவராக ஆட்களை ஏவிவிட்டுக்கொண்டிருந்தார். 'ஸ்கெச்'படி வரி கோடுகள் போடப்பட்டன. அஸ்தி

வாரம் தோண்டத் துவங்கினார்கள். சிமெண்ட் தரை பெயர்ந்து வீடு அதிர்ந்தது. நின்றிருந்தவரின் கால்களில் அதிர்ந்த ஒலி, ஒரு வலியைப் போலத் தொட்டது. வேலை துரிதமாக நடந்தது. புதிதாகத் திறக்கப்படவுள்ள வங்கியின் மேற்பார்வையாளர் வீட்டின் வாசலில் கருப்புநிறக் கண்ணாடி அணிந்துகொண்டு சிகரெட் புகைத்தபடி நின்றிருந்தார்.

வீட்டுக்காரரின் அருகாமையில் நின்ற குருசாமி, எப்படி யாவது அவரிடம் 'உங்களது அம்மா கல்கத்தாகாரராமே' எனக் கேட்க நினைத்தார். திடீரெனக் கேட்டு அவர் வேறு விதமாக எடுத்துக்கொண்டால் என்ன செய்வதென்று யோசித்த வராக நின்றிருந்தார். வங்கியின் மேற்பார்வையாளர், குருசாமி யிடம் வந்து "என்னப்பா லாக்கர் ரூம் வர்ற இடம் கன்னிமூல தானே" எனக் கேட்டார். குருசாமி. "ஸார் நீங்க தந்த ஸ்கெச் பிரகாரம்தான் வருவி விட்டிருக்கிறோம். இந்தாங்க பாருங்க" என்று டவுசர் ஜேப்பில் இருந்த ஸ்கெச் பேப்பரை தந்தார். அவரும் வாங்கிக்கொண்டு சரி பார்த்தார்.

டீ குடிக்கும் வேளையில் குருசாமி வீட்டுக்காரரின் அருகில் நின்றுகொண்டு தன் சந்தேகத்தை வேறு மாதிரியாகக் கேட்டார். "உங்க சொந்தக்காரங்க கல்கத்தால இருக்காங்களோ ஸார்?" என்று கேட்டார். வீட்டுக்காரர் டீ குடித்தபடி குருசாமியைப் பார்த்தார். "குருசாமியிடம் நேற்றிரவு பேசியது தப்பாப் போச்சு போல. ராத்திரி எல்லாம், என்னையவே நினைச்சுட்டு இருந்தீங் களா?" என்று கேட்டார். குருசாமி அமைதியாக இருந்தார். பிறகு அவர் "எங்க அப்பாவுக்கு ரெண்டு தாரம். மூத்த தாரம் கல்கத்தாகாரவுங்க. அவுங்க பிள்ளைகள் எல்லாம் இன்னமும் அங்கதான் இருக்காங்க. இதைத்தான் கேட்கப் பிரியப்பட்டீங் களா?" என்று கேட்டார்.

குட்டைக் குருசாமிக்கு உண்மையிலேயே இரண்டு தாரம் என்ற விசயம் தெரியாது. அவரது மனைவியும் அதைப் பற்றி ஒன்றும் சொல்லவில்லை. வீட்டுக்காரர் தன்னிடம் என்ன சொல்லப்போகிறாரோ என்று அவரையே பார்த்துக்கொண் டிருந்தார். வீட்டுக்காரர், "எங்கள் அப்பாவிற்கு இரண்டு தாரம் விசயம் ரொம்ப வருஷமா, ஊரில் யாருக்கும் தெரியாது. எங்கள் குடும்பத்திற்கு நெருக்கமானவர்களுக்கு மட்டும்தான் குருசாமி தெரியும். மூத்தபிள்ளைகள் எல்லோரும் அப்பாகிட்டே ஜவுளித் தொழில் கத்துக்கிட்டுத் தனித்தனியாப் போய்ப் பொழைச்சுக்கிட்டாங்க. ஒருத்தரு மட்டும் யாரைப் பார்த்தா லும் அழுதுகிட்டேயிருப்பாரு. சித்தபிரமை மாதிரி. இப்ப பரவா யில்லைன்று சொல்லிக்கிறாங்க" என்றார்.

குருசாமிக்கு திக் என்றது. தன் மனைவி இவருக்குத்தானே யாரைப் பார்த்தாலும் அழுவார். லேசாக சித்த பிரமை மாதிரி

என்று சொன்னாள். இவர் கல்கத்தாவில் உள்ள மூத்த தாரத்துப் பிள்ளைக்குச் சித்தபிரமை என்கிறாரே என வேலையைச் செய்தார். மதிய சாப்பாட்டிற்கு கிளம்பும்போது, தற்செயலாக வீட்டுக்காரரைப் பார்த்தார் குருசாமி. தரையில் அடுக்கி வைக்கப்பட்டிருந்த ஜன்னல்களைப் பார்த்துக் கண்ணீர் விட்டுக்கொண்டிருந்தார். தன் பின்னால் யாரோ நிற்பதை நிழலைக் கொண்டு தெரிந்துகொண்டவர், கண்களைத் துடைத்தபடி எழுந்தார். குருசாமியைத் திரும்பிப் பார்க்காமலேயே வாசலை நோக்கி நடந்து சென்றார்.

குருசாமி வீட்டிற்குச் சென்றபோது, கடல் பஞ்சு அட்டையில் செய்யப்பட்ட வீட்டை வைத்துக்கொண்டு பாக்கியமும் விஜயாவும் விளையாடிக்கொண்டிருந்தனர். அவர் ஏது இந்த வீடு?... என்று பிள்ளைகளிடம் கேட்டார். விளையாடிக்கொண்டிருந்தவர்கள், பதில் பேசாது விளையாடியபடி இருந்தனர். தன் மனைவியிடம் "அட்டைப் பெட்டி வீட்டை யாரு தந்தா?" என்று கேட்டார். அவள், "சித்தாள் பெண் வந்து தந்துவிட்டுப் போனாள். இந்த அட்டைப்பெட்டி வீட்டை ஜவுளிக்கடைக்காரர் வீட்டிலிருந்து எடுத்துவந்தாளாம். அவள் வீட்டில் வச்சுக்கலாம்னு எடுத்திருக்கா. அவள் பிள்ளைகள் அழுகுதுகளாம். திடீர் திடீர்ன்னு அழுகுதாம். ஏன்னேனு தெரியலைங்கிறா. அட்டைப்பெட்டி வீடு வந்ததிலிருந்துதான் அழுகுதுன்னு சொல்லிட்டு இங்க வந்து தந்துட்டுப் போறா" என்றாள்.

குருசாமி அட்டைப் பெட்டி வீட்டயே பார்த்தபடி இருந்தார். அந்த வீடு ஏதேதோ சொல்வதுபோலத் தோன்றியது. வீட்டைப் பார்த்துக்கொண்டிருப்பது வேதனையாக இருந்தது. மனதில் என்ன நினைத்தாரோ வீட்டைத் தூக்கி வாசலுக்கு வெளியே வேகமாக எறிந்தார். அட்டைப்பெட்டி வீடு பிய்ந்து தனித்தனியாகத் தெருவில் விழுந்தது. இடித்துக் கட்டடம் கட்டப் போகும் ஜவுளிக்கடைக்காரரின் வீட்டை ஞாபகப்படுத்தியது அந்த வீடு.

உயிர்மை **செப்டம்பர் 2008**

8

கழுதைக்காரன்

முக்கு முக்கு மூணு, நக்கி நக்கி நாலு என்று விளையாடிக்கொண்டிருந்த பிள்ளைகள், தங்களுக்கு இன்று கழுதைப்பால் தரப்போகிறார்களென நினைக்க வில்லை. அவர்களது விளையாட்டு வெய்யிலைப்போல நீண்டதாகவும் தொடர்ந்து கொண்டிருப்பதாகவும் இருந்தது. உப்பு விற்பவனும் பக்கத்து ஊர்த் திருமணத் திற்கு வரும் வண்ணப் பேருந்துகளும் மட்டுமே தங்களது தெருக்களின் வழியாகச் செல்வதைக் கண்டபடி விளை யாடியிருக்கிறார்கள். திருமணம் முடிந்து வரும் பேருந்தின் ஜன்னல்களில் மணப்பெண்ணையும் கல்யாண மாப் பிள்ளையும் பார்க்கத் தெருவின் இடது பக்கமும் வலது பக்கமும் பிள்ளைகளோடு பெற்றோர்களும் நின்றுகொள் வார்கள். ஆனால் பிள்ளைகள் இதுவரை கழுதைப்பாலைக் குடிப்போம் என்று நினைத்திருக்கவில்லை. அவர்கள் கழுதையை அழுக்குத்துணிப் பொதிசுமக்கும் கழுதை யாகவே எண்ணியிருந்தனர்.

“கழுதைப் பாலு... கழுதைப் பாலு... அழுத பிள்ளைக்குக் கழுதைப் பாலு... நோஞ்சான் பிள்ளைக்குக் கழுதைப் பாலு... தேறாத பிள்ளைக்குக் கழுதைப் பாலு... கழுதைப் பாலு... கழுதைப் பாலு... தொங்கிக் கிடக்கும் மடியில் நீட்டிக்கொண்டிருக்கும் காம்புகளுடன் தெருவை முகர்ந்தபடி கழுதையும் கழுதைக்காரனும் நடந்துவந்தார் கள். கழுதைக்காரன் வீட்டு வாசல்களைப் பார்த்தபடி நடந்தான். இரண்டு குட்டிக் கழுதைகள் பின்னால் வந்துகொண்டிருந்தன. கழுதைக்காரனின் கையில் சின்ன உழக்கு இருந்தது. ‘அரை டம்ளர் அஞ்சு ரூபா முழு டம்ளர் பத்து ரூபா.’ என்று கத்தினான்.

நக்கி முக்கி விளையாடிக்கொண்டிருந்த பிள்ளைகள் கழுதையின் பக்கம் வந்தனர். கழுதை என்ன பதார்த்தம் தின்னும் எனப் பார்க்க ஆசையாகயிருந்தது அவர்களுக்கு.

கழுதைக்காரன் பீடியைப் பற்றவைத்துக்கொண்டு நிழலில் உட்கார்ந்து கொண்டான். பிள்ளைகள் கையில் கிடைத்த குச்சியைக் கொண்டு, கழுதையைச் சுற்றிவர ஆரம்பித்தனர். கழுதைக்காரன் பிள்ளைகளை ஒன்றும் சொல்லாததால், அவர்கள் சந்தோசமாக ஆட்டம்போட ஆரம்பித்தனர்.

கழுதைப் பால் வாங்க யாரும் வரவில்லை. இந்த ஊரில் கழுதைப் பால் வாங்க ஆளில்லை எனத் திட்டத் தொடங்கினான். காலைப் பொழுது கழிந்து பகற் பொழுது வரத் தொடங்கியது. நிழல் மாறி உட்காரத் தான் உட்கார்ந்திருந்த இடத்தினைவிட்டு எழுந்துகொண்டான். எதிரே இருந்த வீட்டின் வாசலில் நிழல் சிறிய அளவில் படர்ந்திருந்தது. குழந்தைகளும் கழுதைக்காரன் பின்னால் செல்லத் தொடங்கினர்.

இடம் மாறி உட்கார்ந்ததும், இரண்டு பெண்கள் சின்ன டம்ளர்களை எடுத்துக்கொண்டு, பால் வாங்க வந்தனர். அதில் ஒருத்தி "காய்ச்சி சூடு பண்ணித் தரணுமா, இல்லே அப்படியே சாப்பிடணுமா" எனக் கேட்டாள். கழுதைக்காரன் "யாருக்கு என்ன செய்யுது" என்று கேட்டான். அவள் "பிள்ளைக்கு வயித்தால போயி இப்பத்தான் நின்னுருக்கு" என்றாள். "அப்படியே குடும்மா. சூடு குறையும்" என்றான் கழுதைக்காரன். பிறகு கழுதைப் பால் வாங்க யாரும் வரவில்லை. வியாபாரம் இப்படி மந்தமாக இருக்கிறதே எனப் பீடியைப் பற்றவைத்துக் கொண்டான்.

பகல் வெயில் உச்சியைத் தாண்டிவிட்டது. கழுதைக்காரன் டீக்கடையில் டீ குடித்தான். பிளாஸ்டிக் டப்பாவில் இருந்த வட்டபன்னையே அவன் பார்த்துக்கொண்டிருந்தான். அவன் கையில் பத்து ரூபாய் தவிர வேறு பணம் இல்லை. அதை வைத்துக்கொண்டுதான் அவனது ஊர் போய்ச் சேர்கின்றவரை செலவுசெய்ய வேண்டும். கழுதைப் பாலை விற்பதை நம்பி ஊரில் வட்டிக்குப் பணம் வாங்கியிருந்தான். தினமும் பத்து ரூபாய் கட்ட வேண்டும். ஒருநாள் இரண்டுநாள் கட்டாமல் இருந்துவிட்டால் பணம் கொடுத்தவன் விட்டுவிடுவான். தொடர்ந்து கட்டவில்லை என்றால் கழுதையைக் கட்டி இழுத்துக் கொண்டு போய்விடுவான். திரும்பவும் அவனிடமிருந்து பணம் கட்டி மீட்டுக் கொண்டுவர வேண்டும்.

டீ டம்ளரில் மண்ணெண்ணை வாசம். டீ குடிக்கவே பிடிக்கவில்லை. குடித்துவிட்டு வெறும் டம்ளரை வைத்து விட்டுக் கழுதைகளை இழுத்துக்கொண்டு நடந்தான். கழுதையின் கழுத்தில் இருந்த சங்குமணி கம்பளிக்கயிற்றைப் பின்னியது கழுதைக்காரனின் மனைவியும் மகளும்தான். அவர்களது வாடிக்கையான எல்லா வீடுகளிலும் துணி துவைக்க மிஷின்

வந்துவிட்டது. சலவைக்குத் துணிபோட யாரும் வீட்டிற்குத் தேடிவரவில்லை. முட்டுத்துணி அலசித் தந்த காலமெல்லாம் நினைத்துப் பார்க்கும்படியாக மாறிவிட்டது. கடைகளில் விற்கும் நாப்கின்களைக் கட்டிக்கொண்டு, பிறகு தூக்கி எறிகிறார்கள். ரேடியோ ரிப்பேர் செய்பவன் துவைக்கும் மிஷின் பழுதுபார்க்கப் படித்துவிட்டுக் கடையையும் தொழிலையையும் மாற்றிக்கொண்டான். கழுதைக்காரன் மட்டும் சொட்டு நீல டப்பாவோடு வீட்டில் உட்கார்ந்திருக்கிறான்.

கழுதைக்காரனின் மகள் ஜோதி சடங்காகி வீட்டில் தள்ளிவைத்து உட்கார வைத்தபோது, டவுனிலிருந்து, மாமாமார்கள் குடும்பத்தோடு விசேஷ வீட்டிற்கு வந்தார்கள். மூத்த மாமன் சலவைத் தொழிலாளிகளின் சங்கத்திற்குத் தலைவனாகிக் கட்சியில் சேர்ந்து சம்பாத்தியம் செய்துகொண்டான். சின்ன மாமா தனியார் மருத்துவமனையில் தலையணை உறை, போர்வை துணிகளை அங்கேயே துவைத்துத் தந்து சம்பளம் வாங்கிக்கொண்டு இருக்கிறான்.

மருத்துவமனையில் வேலைபார்க்கும் சின்ன மாமாவின் மகனைத்தான், தன் மகளுக்குக் கல்யாணம் செய்து தர வேண்டுமெனக் கழுதைக்காரன் மனைவியோடு முடிவுசெய்திருந்தான். திருப்பூரில் கட்டட வேலைசெய்யும் கழுதைக்காரன் தான் 'தேப்பு போடும்' யோசனையைச் சடங்கு வீட்டில் சொன்னது. விசேஷம் முடிந்து எல்லோரும் ஊருக்குப் போனதும், கழுதைக்காரன் தன்னிடமிருந்த பெட்டைக் கழுதையையும் அதன் குட்டிகளையும் வைத்துக்கொண்டு, ஆண் கழுதைகள் இரண்டினை விற்றுவிட்டான். அந்தத் தொகையில் தேப்பு வண்டியும் ஸ்பீஸ் தேப்புப் பெட்டியும் வாங்கி, ரோடு ரோடாகவும் தெருத் தெருவாகவும் 'அயன்' 'அயன்' என்று பெண்டாட்டி, பிள்ளையோடு அலைந்தான். பெட்டி போட அடுப்புக்கரி எல்லாம் மூடையாக வாங்கி வீட்டில் போட்டு, தெம்பாக, 'ஜோதி அயன் வண்டி' என்று பெயிண்ட் அடித்துச் சுற்றினார்கள்.

வட்டிக்காரன், அடகுக்காரன் எல்லாம் தைரியமாகக் கடனுக்குக் காசு தந்து, வட்டி வாங்கினார்கள். கழுதைக்காரன் தன் மகள் ஜோதியைக் கல்யாணம் செய்து தந்தான். கல்யாணத்திற்கு வாங்கிய கடனைக் கட்டக் கழுதையாக அலைந்தான். யாருக்கு என்ன பாவம் செய்தார்களோ, அவனும் அவனோடு கழுதையும் நடையாய் நடந்து இப்படி உட்கார்ந்திருக்கிறார்கள். கடன் தந்தவன் கெடு முடிந்தும் தராததால் தேப்புப் பெட்டியையும் வண்டியையும் எடுத்துக்கொண்டுபோன பிறகு, பால் தரும் கழுதையைத் தவிர்த்து, வேறு எதுவும் அவனிடம்

இல்லை. ஜோதி, மருத்துவமனையில் தனது அம்மாவிற்கும் வேலை வாங்கித்தந்து, டவுனுக்கு அழைத்துக்கொண்டுபோனாள்.

ஜோதியும் அவள் கணவனும் வேலைபார்த்த மருத்துவ மனை பெரியது. அடுக்கடுக்காக உள்ள கட்டடம். மருத்துவ மனைக்குப் பின்னால் சலவை செய்வதற்கென்றே, பெரிய குளம் போலத் தண்ணீர்த் தொட்டி. துவைக்கவும் அலசவும் காயப் போடவும் காய்ந்ததைப் பெட்டி போட்டுத் தேய்க்கவும் நிறைய ஆட்கள் வேலைசெய்தார்கள். ஜோதி தன் அப்பாவையும் அம்மாவையும் தன்னோடு வைத்துக் கொண்டு ஆஸ்பத்திரி வேலைக்குச் சென்று வரலாமெனக் கணவனிடம் கேட்டாள். அவனும் 'சரி' என்று சொல்லிவிட்டான். ஆஸ்பத்திரியில் அதிகாரிகளிடம் பேசி வேலை வாங்கித் தந்துவிட்டாள். கழுதைக் காரன் மட்டும் வரவில்லை என்று சொன்னான்.

ஜோதி அம்மாவை அழைத்துச் செல்ல வந்தபோது, அவ னிடம் ஏன் வரவில்லை? எனக் கேட்டாள். "யாருமே இல்லாம இந்த வீட்டில என்னால தனியாக இருக்க முடியலே. இந்தக் கழுதைகளைவிட்டு எப்படி இருக்கிறது. நம்மளவிட்டு அது எங்கே போகும்" என்று அழுதுவிட்டான். டவுனில் அவர்கள் இருக்கும் வீட்டின் பக்கம் எப்படிக் கழுதைகளைக் கட்டிப் போட்டு மேய்ப்பது? அப்பாவும் தன்னுடன் வந்துவிட்டால், கழுதைகளை விற்பதைத் தவிர வேறு வழியில்லை. ஜோதி அம்மாவை மட்டும் அழைத்துக்கொண்டு பஸ்ஸிற்கு நடந்து போனாள்.

உலகப் பட்டை புகைந்து எரியும் அடுப்பில் அவனாகக் கஞ்சியைக் காய்ச்சிக் குடித்துவிட்டு, கழுதையோடு கழுதையாக "கழுதைப் பாலு . . . கழுதைப் பாலு . . . அழுதப் பிள்ளைக்குக் கழுதைப் பாலு . . . நோஞ்சான் பிள்ளைக்குக் கழுதைப் பாலு . . . தேறாத பிள்ளைக்குக் கழுதைப் பாலு" என்று அலைந்து திரிந்தான். டாக்டர்களிடம் ஊசிபோடக் காத்திருக்கும் ஜனங்கள் யாரும் கழுதையைக்கூடப் பார்க்கவில்லை.

கழுதைக்காரன் உட்கார்ந்தபடியே அப்படியே தூங்கி விட்டான். குட்டிக் கழுதை அவனது கால்கள் பக்கமாக, நின்று மூத்திரம் பெய்து தூங்கிக் கொண்டிருந்தவனை எழுப் பியது. உச்சி வெயிலில் கண்கள் கூசியது. அவன் உட்கார்ந் திருந்த பக்கமாக மூன்று தேப்பு வண்டி வரிசையாக நகர்ந்து போனது. மூன்றாவதாக வந்தவன் கழுதைக்காரனைப் பார்த்து 'எந்த ஊரு' என்றான். அவன் 'பக்கம்தான்' என்று, தன் ஊரின் திசையைக் காட்டினான். தேய்ப்புப் பெட்டிகாரர்களுடன் பேசுவதற்கு ஆசையாக இருந்தது.

தன்னைக் கடந்து அவர்கள் வரிசையாக நகர்ந்து கொண் டிருப்பதையே பார்த்துக்கொண்டிருந்தான். தூரத்தில் ரோட்டில் திரும்புகையில், எதற்கோ நின்று திரும்பிப் பார்த்தபோது அவனுக்கு வேதனையாக இருந்தது.

மரத்தின் இலைகூட அந்த மதிய நேரத்தில் அசைய வில்லை. கழுதை சுணங்கிப் படுத்துக் கொண்டது. கழுதையை எழுப்பவே முடியவில்லை. படுத்துக்கொண்ட கழுதையின் மூச்சுவிடும் ஓசை துல்லியமாகக் கேட்கத் தொடங்கியது. வயிற்றுப் பகுதி மேலெழுந்து உள் அமுங்குவது பாவமாகவும் அதன் வலி தன் வலி போன்றது எனவும் கவலை கொண்டான். கழுதைக்காரன் உட்கார்ந்திருந்த வீட்டின் பெண் கதவைத் திறந்து வீட்டுக் குப்பையைக் கொட்ட வந்தாள். அந்தப் பெண் பார்த்துப் பயந்தவளாக 'வீட்டிற்கு விருந்தாளிகள் வரும் நேரம். அந்தப் பக்கமாகப் போய்யா' என்றாள்.

கழுதைக்காரன் கழுதையை இழுத்துக்கொண்டு நடந்தான். அவன் நடந்த பகுதி மேடாக இருந்தது. கழுதைகளோடு அவன் மூச்சு வாங்கினான். காலையில் குடித்த கஞ்சி. இனி இரவில் தான் சோறு வடித்துத் தின்பான். நடக்க நடக்க மேடாகயிருந் தது. ஊரிலுள்ள வீடுகள் பள்ளத்திற்குப் போவதுபோல இருந்தது. கொஞ்ச தூரத்தில் மேகங்கள் வெள்ளைத் திட்டுகளாகத் தெரிந் தன. மூச்சுவாங்கும் கழுதைகள் என்னமோ ஏதோ என்று மேகத்தினைத் தின்றுவிடுமென நினைத்தான். மேட்டைக் கடந்த போது அந்த ஊர் எல்லை முடிந்திருந்தது. கருப்பசாமி கோயிலும் ஆலமரமும் கோயிலைச் சுற்றிக் கீழே படர்ந்திருந்த சருகுகளையும் இலைகளையும் பார்க்க அவனுக்குச் சந்தோஷமாக இருந்தது. கழுதைகள் கொஞ்ச நேரம் படுத்துப் புரளட்டுமென அந்தப் பக்கமாகச் சென்றான்.

ஆலமரத்தின் கீழே படுத்துக்கொண்டான். பசி கண்களை அடைத்துவிட்டது. தன் கழுதைகள் பசியில் படுத்துக் கிடப்பதைப் பார்ப்பதைத் தவிர்த்து, வேறு என்ன செய்ய முடியும் தன்னால் என நினைத்தான். பசியோடு குடும்பத்திலிருந்தவர்கள் எல்லோரும் என்ன செய்வது என்று தெரியாமல் இருந்தபோது தான் கழுதைக்காரன் தன் மகன் குமரகுருவைத் திருப்பூருக்கு வேலைக்கு அனுப்பினான். காண்ட்ராக்டர்களுக்குத் தெரிந்த வர்கள் குமரகுருவைத் திருப்பூரில் கட்டட வேலைக்கு அழைத்துக் கொண்டு போனார்கள். மூன்று மாதம் கழித்து ஒட்டிய வயிற் றோடு நெஞ்சுக் கூடு தெரிய பிள்ளை ஊர் வந்து சேர்ந்தான். பீடி குடிக்கப் பழகியிருந்தான். இருமலும் பேச்சும் ஆளே வேறுமாதிரி இருந்தான். மொத்தமாக ரூபாய் ஆயிரம் தந்தான். கழுதைக்காரன் பணத்தைக் கை நீட்டி வாங்கியபோது, உயிரே

போவதுபோல நெஞ்சில் வலி. தான் உயிரோடு இருக்கத் தன் பிள்ளை கொண்டுவரும் பணத்தை வாங்கித் தின்னும்படியாகி விட்டதே எனக் கண்களைத் துடைத்துக்கொண்டான்.

"நம்மாளுக எல்லாம கட்டட வேலைக்கா போறது? காலம் எப்படி மாறிப்போச்சு குமரா ..." என்று தலையில் அடித்துக்கொண்டு அவனை பஸ் ஏற்றிவிட்டான். குமரன் போகும்போது சொன்னான். "அப்பு, நீ நம்மளச் சொல்லுற. அம்பட்டப் பயல் ஒருத்தன் என்கூட வேலை பார்க்கிறான்" என்றான். கழுதைக்காரனால் ஒன்றும் பேச முடியவில்லை. தான் பெற்ற ஆம்பிளப் பிள்ளையும் பெற்ற பிள்ளைகளைப் போல வளர்த்த கழுதையும் தன்னிடமிருந்து சென்றுவிட்டது கழுதைக்காரனுக்கு உயிர் போகும் வேதனையாக இருந்தது. ஆலமரத்தின் கீழே படுத்திருந்தவன் எழுந்துகொண்டான். வீட்டுக்குப் போகலாமெனக் கழுதைகளை இழுத்துக்கொண்டு நடந்தான்.

வீட்டுக்குள் நுழைந்ததும் அவனுக்கு என்ன செய்வது என்று தெரியவில்லை அடுப்பில் உலகம் பட்டைகளைப் போட்டுப் பற்றவைத்தான். சோறாக்கி ரசம் வைத்தான். வடித்த கஞ்சியைத் தண்ணீரில் ஊற்றிக் கழுதைக்கு வைத்தான். கழுதைகள் முகம் நனையக் குடித்துவிட்டு நின்றுகொண்டன. கழுதைக்காரன் சோற்றில் நீரையும் ரசத்தையும் ஊற்றி பிசைந்து தின்றான். பசி யாருக்கும் அடங்கவில்லை. கஞ்சியைக் குடித்துவிட்ட கழுதை சட்டியை உருட்டி உருட்டி நின்றது. கழுதைக்காரன் பசியைப் பொறுத்துக்கொண்டு நீர் ஊற்றிச் சட்டியில் போட்டான்.

நாளைக்கு எந்த ஊர்ப் பக்கம் போனால் கழுதைப் பால் விற்குமென அவனுக்குத் தெரியவில்லை. அவனுக்குத் தெரிந்த எல்லா ஊர்களுக்கும் சென்றுவிட்டான். திரும்பவும் தான் சென்றுவந்த ஊர்களில் ஏதேனும் ஒரு ஊருக்குக் காலையில் செல்வதென முடிவுசெய்தான்.

***தி சண்டே இந்தியன்* நவம்பர் 2008**

9

மாலா சகோதரிகள்

விஜயமாலா வாசலில் உட்கார்ந்திருந்தாள். வாசலின் முதல் படியில் அமர்ந்து, மூன்றாவது படியில் கால்களை நீட்டியிருந்தாள். அவள் இடதுகாலில் வெள்ளிக் காப்பு போட்டிருந்தாள். விரலில் மாட்டியிருந்த இரும்பு வளையத்தைக் கழற்றிவிட வேண்டுமென்று இரண்டு தினங்களாகத் தனது சகோதரி ஜெயமாலாவிடம் சொல்லியபடி இருந்தாள். ஆசாரி பட்டறைக்குப் போய் தான் வளையத்தைக் கழற்ற வேண்டுமென அவள் சொன்னாள். வெட்டருவாளிலும் சின்னக் கத்தியிலும் கழட்டிப் பார்த்தார்கள். அவர்கள் இருவராலுமே முடியவில்லை. பிறகு விட்டுவிட்டார்கள். விஜயா அந்த வளையம் மாட்டியிருந்த நடுவிரலைத் தடவிவிட்டாள். வளையம் மிகவும் இறுக்கமாகி, துருப்பிடித்து இத்துப் போய்க் கிடந்தது.

ஜெயமாலா வீட்டிற்குள் குளித்துக்கொண்டிருந்தாள். குளிப்பறையிலிருந்து சாக்கடையில் தண்ணீர் வந்து விழும் சத்தத்தை விஜயா கேட்டுக் கொண்டிருந்தாள். அவள் ஏற்கனவே குளித்துவிட்டுத்தான் வாசலில் உட்கார்ந்திருந்தாள். சென்ட்ரிங் போடும் வீட்டிற்குச் செல்ல இன்னமும் நேரமுள்ளது. அந்த வீட்டில் சமையல் வேலை நடந்து கொண்டிருப்பதாக பாக்கியமுத்து சொன்னாள். சென்ட்ரிங் முடிந்ததும் வேலைசெய்தவர்களுக்கு சோறு போட்டு சம்பளம் கொடுத்து அனுப்புவது பழக்கமாக இருந்தது. வீட்டுக்காரர்களில் சிலர் சோறுபோட சங்கடப் பட்டுக்கொண்டு, ஹோட்டல்களில் டோக்கன் வாங்கித் தந்துவிடுவார்கள். பாக்கியத்திற்கு டோக்கன் கிடைத்தால், பார்சல் வாங்கிக்கொண்டு வருவாள். ஹோட்டல் சாதம் விதை விதையாக இருக்குமென சோற்றைத் திரும்பவும் உலைவைத்து ஆக்கிச் சாப்பிடுவாள். பார்சல் சாப்பாட்டைத் தனது பக்கத்துவீட்டுக் கிழவிகள் இரு

வருக்கும் தருவாள். அவள்தான் கிழவிகள் இருவரையும் சென்ட்ரிங் வேலை முடிந்து பின்பாக தூக்குச்சட்டியோடு வந்தால், காண்ட்ராக்டரிடம் சொல்லிச் சாப்பாடு வாங்கித் தருவதாகச் சொன்னாள்.

கிழவிகளுக்குத் தெரியாத காண்ட்ராக்டர்கள் யாருமே யில்லை. ஊரிலிருந்த கொத்தனார்களிடம் வேலைசெய்து சம்பளம் வாங்கியவர்கள்தான். வயதானபின்பு சாந்துத்தட்டை யும் செங்கல்லையும் மண்ணையும் தூக்கமுடியாமல் வீட்டில் கிடந்தார்கள். கிழவிகள் இருவருக்கும் வேறு எதுவும் வேலை செய்யத்தெரியாது. அவர்கள் கட்டிட வேலை செய்யப் பழகி யிருந்தனர். மாலா சகோதரிகளின் அப்பா நிமிந்தாளாக வேலை செய்தவர். கடப்பாரையைத் தூக்கித் தனி ஆளாக வீட்டை இடித்து மட்டமாக்கிவிடுவார். கொத்தனார் வேலை செய்தவர் கள் தங்கள் பிள்ளைகளை வேறுவேலைக்கு அனுப்ப மனம் வருவதில்லை. மாலாவின் அப்பாவும் அவர்களைத் தன்னுடன் வேலைக்குக் கூட்டிச்சென்றார்.

விஜயமாலாவும் ஜெயமாலாவும் அவர்களது அம்மாவைப் பார்த்ததே இல்லை. அம்மா இறந்து போனதையும் அவளது முகத்தையும் இருவரும் ஞாபகத்தில் வைத்திருக்கவில்லை. அம்மாவின் புகைப்படம்கூட வீட்டில் இல்லை. அவர்களது அம்மாவும் அப்பாவும் கல்யாணம் செய்துகொண்டு வாழ்ந்த வீட்டில்தான் இப்போதும் இருக்கிறார்கள். அந்த வீடு ராசியான வீடு என்று சகோதரிகள் இருவரும் குடியிருந்தார்கள். மாலா சகோதரிகளின் அப்பா தன் மனைவி இறந்த பின்பாக வேறொரு திருமணம் செய்துகொள்ளாமல் இருந்தார். அவரைப் போலவே தான் பிள்ளைகளும் திருமணம் செய்யாமல் வாழ்ந்துவிட்டனர். ஏன் தாங்கள் திருமணம் செய்துகொள்ளாமலே இருக்கிறோ மென இன்றுவரை யோசித்ததே இல்லை.

ஜெயமாலா குளித்துவிட்டு வாசலுக்கு வந்தாள். தனது சகோதரி காத்திருப்பதைப் பார்த்துவிட்டு, அவசரமாக தலை சீவத் தொடங்கினாள். விஜயமாலாவைவிட அவள் முடி அடர்ந்திருந்தது. முடி முழுவதும் நரைத்திருந்த போதிலும் உதிரவில்லை. ஜெயா எண்ணெய் தடவி அழுத்திச் சீவினாள். பிறகு பின்னிய ஜடையை சுருட்டிக் கொண்டையாகப் போட்டுக் கொண்டாள். நெற்றியில் குங்குமப்பொட்டு வைத்துக்கொண்டு விஜயாவைப் பார்த்தாள். விஜயமாலாவும் தலைசீவிப் பொட்டு வைத்துத் தயாராக இருந்தாள்.

வீட்டைப் பூட்டிவிட்டு, சகோதரிகள் இருவரும் ஒருவர் முகத்தை ஒருவர் பார்த்தபடியே நடக்கத் தொடங்கினார்கள். ஆளுக்கொரு தூக்குச்சட்டியை கையில் வைத்திருந்தனர். அந்தத்

தூக்குச்சட்டியில்தான் கட்டிட வேலைக்குப் போகும்போது சாப்பாடு கொண்டுபோவார்கள். புதுக் காலனியில் வீடு கட்டிக்கொண்டிருக்கிறார்கள். பக்கத்து வீட்டு பாக்கியத்திற்கு நல்ல வேலை. பாக்கியம் கல்யாணம் முடிந்து, மூன்று பிள்ளைகள் பள்ளிக்கூடத்திற்குப் போகிறார்கள். அவளது கணவன் மாட்டு வண்டியில் மணல் அடித்துப் போட்டுக்கொண்டிருந்தான். புருஷனும் பொண்டாட்டியும் மிஷின்போல வேலைசெய்து பணத்தைச் சேர்க்கிறார்களென அவர்களது தெருவில் பேசிக் கொண்டார்கள். பாக்கியத்தின் கணவன் அவர்களிடம் "விஜயா பாட்டி, உங்க வயசில இருப்போமோ போய்ச் சேர்வோமோ யாருக்குத் தெரியும்? இப்பவே நம்ம பிள்ளைகளுக்கு எல்லாம் ரெடிபண்ணிடணும்" என்றான். மற்றவர்களைப்போல தங்களுக் கும் புருஷன், பிள்ளை, குடும்பம் என இருந்தால் சந்தோசமாகத் தானே இருக்கும் என கிழவிகள் இருவரும் அழுதனர். இறந்து போனால், தூக்கிப்போட ஆள் இல்லாமல், இப்படித் தனியாக கிடக்கிறோம் என்ற பயம் வந்துவிட்டது.

விஜயாமாலா வேலைக்குச் சேர்ந்த புதிதில் தங்கராஜைக் கல்யாணம் செய்துகொள்ள வேண்டுமென நினைத்தாள். அவனும் தான் கல்யாணம் செய்தால், விஜயாவைத்தான் கல்யாணம் செய்துக்குவேன் என கையில் வைத்திருந்த ஒண் ணாம் நம்பர் பூச்சுக் கறண்டியின்மேல் சத்தியம் செய்தான். விஜயாமேல் அவன் பிரியமாக இருந்தான். கட்டிட வேலையில் திட்டும் அடியும் வாங்காமல் வேலைசெய்ய வேண்டுமென அவளுக்குப் பழக்கித் தந்தான்.

கடைசியில் என்னானதோ அவளை உதறிவிட்டு, அவனது தாய்பிள்ளை வழியில் கல்யாணம் செய்துகொண்டான். "கொத்தனார் பயலுகளுக்குச் சாந்துசட்டித் தூக்கிக் கை காப்பான பிள்ளைகளைப் பிடிக்காது அக்கா!" என்று ஜெய மாலா தனது சகோதரியைச் சமாதானம் செய்தாள். பிறகு எதைப்பற்றியும் நினைக்கவில்லை.

கிழவிகள் இருவரும் புதுக்காலனிப் பக்கம் நடந்தார்கள். பாக்கியத்தின் பிள்ளைகள் பள்ளிக்கூடம் விட்டு மதிய சாப்பாட்டிற்கு வந்துகொண்டிருந்தார்கள். தங்களுக்கு எதிரே வரும் விஜயமாலாவிடம், "பாட்டி, வரும்போது பாயாசம் கொண்டு வருவீங்களா?" என பாக்கியத்தின் மகள் கேட்டாள். விஜயா, சரி கொண்டுவருகிறேன் என்று சொல்லிவிட்டு பிள்ளை களைக் கடந்து சென்றாள். நடுமண்டையில் வெய்யில்பட்டு கண்கள் சூடேறத் தொடங்கியது.

விஜயாவிற்கும் ஜெயாவிற்கும் இரண்டு மூன்று வருடங்கள் தான் இடைவெளி. அவர்களது அப்பா முதலில் செங்கல்

காளவாசலில்தான் வேலை செய்தார். பிறகுதான் கட்டிட வேலைக்கென வந்தார். மாலா சகோதரிகளுக்குப் பிறந்தவுடன் பெயர் வைக்கவில்லை. நடக்கத் தொடங்கிய பிறகுதான் மூத்த வளுக்கு விஜயமாலா என்றும் இளையவளுக்கு ஜெயமாலா என்றும் பெயர் வைத்தனர். மூத்த பெண் பெரியவளானதும் அப்பாவுடன் வேலைக்குப் போனாள். கட்டிட வேலை விஜயா விற்குப் பிடித்துவிட்டது. சாந்துத்தட்டில் செங்கலை அடுக்கி வைத்து தூக்கிச் செல்வதும் பிறகு வெறும் தட்டோடு ஓடிவந்து செங்கல் அடுக்கவுமென நிற்பதும் அவளுக்கு விளையாட்டாக இருந்தது. அவளது வயதுள்ள பிள்ளைகளுடன் மதியச் சாப்பாடு நேரத்தில் குவிந்துகிடந்த மணலில் விளையாடினாள். ஆற்று மணலிலிருந்த சின்னச் சின்ன சங்குகளைப் பொறுக்கினாள். வேலை முடிந்து வீட்டிற்குப்போகும்போது தன் அப்பாவிடம், “இன்னமும் வேலை செய்யச் சொல்ல மாட்டாங்களா அப்பா?” என்று கேட்டாள். அவளது அப்பாவிற்குச் சந்தோசமாக இருந்தது. தன் மகளுக்கு வேலை பிடித்துவிட்டது என சந்தோசப் பட்டார். தாயில்லாத பிள்ளைகளைக் காப்பாற்றி விட வேண்டு மென்ற ஆத்திரத்தில் இடித்துத் தள்ள வேண்டிய சுவர்களை யெல்லாம் இடித்தார்.

ஜெயமாலாவின் நரைவிழுந்த தலைமேல் எதிர்க்காற்று பட்டு முடி கலைந்தது. அவர்கள் நடந்துசென்ற தெருவிலிருந்த குப்பைத் தொட்டியின் அருகே, கோழிகள் நின்று எதையோ கொத்திக்கொண்டிருந்தன. வெய்யிலில் நடந்து வருவதற்கு மூத்தவளால் முடியவில்லை. உடல் வியர்க்கத் தொடங்கியிருந் தது. ஜெயாவிற்கும் கிறக்கமாக இருந்தபோதிலும் உதடுகளை நாவினால் தடவிக்கொண்டு நடந்து வந்தாள். அந்தத் தெருவைத் தாண்டிப் புதுக்காலனிக்குப் போகும் மெயின்ரோட்டுப் பக்கம் நடந்தார்கள். விஜயமாலா தன்னிடமிருந்த தூக்குச்சட்டியில் குடிப்பதற்கென தண்ணீர் வைத்திருந்தாள். தூக்குமூடியைத் திறந்து நின்றவாக்கில் குடித்தாள். ஜெயாவும் வாங்கிக் குடித் தாள். ஜெயாதான் அவளைப்போல யோசனை இல்லாமல், தண்ணீர் கொண்டு வராததைப் பற்றி வருந்தினாள்.

“சாப்பாடு போடுறாங்க, குடிக்கத் தண்ணி தரமாட்டாங்க ளான்னு, நினைச்சு விட்டுட்டேன்” என்றாள். இடையில் நடக்கும்போது தாகமும் கிறக்கமுமாக வந்து குடிக்க நீர் தேவைப்படுமென்று அவள் நினைக்கவில்லை. மூத்தவள் விஜயா தான் தூக்குச்சட்டியை மூடினாள். அதில் சிறிது தண்ணீர் இருந்தது. நடக்கும்போது க்ளக், க்ளக், க்ளக் சப்தம் கேட்டது. அந்தச் சப்தம் தங்கராஜ் வேலைசெய்யும்போது விஜயா, விஜயா என்று கூப்பிடுவதுபோல இருந்தது.

தங்கராஜ்தான் அந்தத் தூக்குச்சட்டியை அவளுக்குத் தனது ஞாபகார்த்தமாக வாங்கித் தந்தான். அந்த தூக்குச் சட்டியின் மூடியின் உள்பக்கத்தில் 'அன்பளிப்பு – தங்கராஜ்' என்று பெயர் பதித்துத் தந்தான். அப்படியெல்லாம் இருந்தவன் எதற்குத்தான் வேறொரு பெண்ணைக் கல்யாணம் செய்து கொண்டானோ தெரியவில்லை. கல்யாணம் முடிந்து இரண்டு மூன்று தினங்கள் கழிந்து கட்டிட வேலைக்கு வந்தவனிடம் வடையும் காப்பியும் தந்தபோது கண்கலங்கியபடி "என்னைய ஏமாத்திட்டியே!" என்று முனங்கினாள். அவள் ஒன்றும் பதில் பேசவில்லை. சாந்து பூசிய சுவரில் மட்டக்கம்பை வைத்துத் தேய்த்ததும் பொல பொலவென்று சிமென்ட் கலவை உதிர்ந்து விழுவதுபோல அன்று முழுக்க பொலபொல வென்று கண்களில் கண்ணீர் வடித்தபடி இருந்தாள். அதற்குப் பிறகு அவர்கள் இருவரும் என்றுமே பேசிக்கொள்ளவே இல்லை.

மெயின்ரோடு முடிந்து புதுக்காலனிப்பாதை தொடங்கியது. இன்று முகூர்த்தநாள் போல. தெருவிலிருந்த வீட்டில் கல்யாணமோ வேறு ஏதாவது விசேஷமோ சாப்பாடு செய்து போட்டுக்கொண்டிருந்தார்கள். வீட்டிற்குக் கொஞ்சம்தள்ளி தின்று முடித்த இலைகளைப் போட்டிருந்தார்கள். நாய்கள் சண்டையிட்டபடி புரண்டுகொண்டிருந்தன. நடந்து செல்லும் போது வாழையிலையின் வாடையும் மிஞ்சிப்போன உணவுகளின் வாடையும் விஜயாவிற்கு குமட்டிக்கொண்டு வந்தது. புதுக்காலனி முதல் தெருவைத் தாண்டி பாக்கியம் சொன்ன வாட்டர்டேங்க் பாதையில் நடந்தார்கள்.

வேலை சுமாராக இருந்த பொழுதில் தங்கராஜ் தன் வீட்டின் மேல்மாடியில் ரூம் எடுக்க வேண்டுமென இரண்டு மூன்று சித்தாள் பெண்களை வேலைக்கு வரச் சொல்லியிருந்தான். விஜயா அவன் வீட்டிற்குப் போகவில்லை. ஜெயாதான் வேலைக்குப் போனாள். அவளோடு வேறுசிலரும் சென்றிருந்தனர். வேலை நேரத்தில் பேசுவதற்கு நேரமே இல்லை. இரண்டு நாள் சம்பளத்தைத் தருகிறேன் என தங்கராஜ் வேலை வாங்கிக் கொண்டிருந்தான். அவளது மனைவியை எப்படியாவது பார்த்து விட வேண்டுமென்று ஜெயா பிரயாசைப்பட்டாள். கீழிருந்து மாடிக்குச் செங்கல்லையும் மண்ணையும் கொண்டுபோகும் போது பார்த்துவிட வேண்டுமென தவித்தாள். பிறகுதான் அவனிடமே கேட்டுவிட்டாள். "பிரசவத்திற்கு அம்மா வீட்டுக்குப் போயிருக்கா புள்ள." என்றான். அதன்பிறகுதான் அவன் ஜெயாவிடம், "ஏன் நீங்க ரெண்டுபேரும் கல்யாணம் செய்துக்காம இருக்கீங்க?" என்று கேட்டான். அவள் பதில் ஏதும் பேசவில்லை. தங்கராஜ் மதிய சாப்பாடு நேரத்தில் "நீயாவது

கல்யாணம் பண்ணிக்க ஜெயா ...” என்று கெஞ்சுவதுபோல பேசினான்.

ஜெயமாலா பதில் எதுவும் பேசக்கூடாது என்றுதான் நினைத்தாள். முகத்தில் அடிப்பதுபோல ஏதாவது பேசிவிடலா மென பதிலை யோசித்தாள். பிறகு அவள் சோற்றை விழுங்கிய படி, “எங்க அப்பா இறந்தபிறகு எங்க அக்காளுக்கு நிறைய இடத்திலேர்ந்து கல்யாணம் செய்துக்க கேட்டாங்க. எங்க அக்காளுக்கு என்னைவிட்டா யார் இருக்கா? பேசாம இருந்துட் டோம். கல்யாணம் செய்து இப்போ என்ன சாதிக்கப் போறோம்னு வேலை, வீடுன்னு கிடக்கோம்” என்றாள்.

தங்கராஜ் பதில் பேசமல் அவள் தூக்குவாளியைக் கழுவு வதையே பார்த்துக்கொண்டிருந்தான். தான் விஜயாவிற்குத் தூக்குவாளி எடுத்துத் தந்ததையும் மூடியில் தனது பெயரை எழுதித் தந்ததையும் நினைத்துக்கொண்டான். அவனால் மதியத்துக்குப் பிறகு வேகமாக வேலை செய்யமுடியவில்லை. தங்கராஜ் கவலையோடு இருக்கிறான் என்பதை ஜெயமாலா கண்டுகொண்டாள். அன்று வேலை முடிந்து வீடு திரும்பிய போது அவள் தனது சகோதரியிடம் எதுவும் பேசவில்லை. அமைதியாக அழுதபடி படுத்துக்கிடந்தாள்.

வாட்டர்டாங்க் தெருவின் கடைசியில் அந்தக் கட்டிடம் இருந்தது. சென்ட்ரிங் போட்டதற்கான எந்த அறிகுறியும் இல்லை. அமைதியாக இருக்கிறதைப் பார்த்த விஜயமாலா சாப்பாடு நடக்குதுபோல எனச் சகோதரியிடம் சொன்னாள். ஜெயாவும் அப்படித்தான்போல என்று சொல்லியபடி நடந்தாள். கட்டிடத்தின் அருகாமையில் சென்றபோது வரிசையாக சிமென்ட் மூடைகள் அடுக்கி வைத்திருந்ததைப் பார்த்தார்கள். சல்லிக்கற்கள் குவிந்து கிடந்தன. டிரம்மில் நிரப்பி வைக்கப் பட்டிருந்த நீரைக் காகம் குடித்துக்கொண்டிருந்தது. ஆள் அரவம் கேட்டு காகம் பறந்தது.

கட்டிடத்தின் வாசலில் வாட்ச்மேன் நின்றிருந்தார். அவரிடம் “இன்னைக்கு இங்கதானே ஆர்.சி. போடுறாங்க. இன்னமும் போடலையா?” எனக் கேட்டாள் ஜெயமாலா.

வாட்ச்மேன் அவளிடம், “காண்ட்ராக்டர் தங்கராஜ் இறந்து போயிட்டாராம். அதனால கொத்தனாருங்க எல்லாம் இன் னைக்கு வேலைக்கு வர்றல” என்றார்.

ஜெயமாலா, “எந்த தங்கராஜ், கொத்தனாரு தங்கராஜா?” என்று கேட்டாள்.

“அதெல்லாம் எனக்குத் தெரியாது கிழவி.”

மாலா சகோதரிகள் எந்தத் தங்கராஜ் இறந்துபோனது எனத் தெரிந்துகொள்ள வேண்டுமென நினைத்தனர். தாங்கள் வேலைசெய்த கொத்தனார் தங்கராஜ் உடல் சௌகரியமில்லாமல் படுத்துக் கிடந்ததை பாக்கியம் சொல்லியிருந்தாள். அவளிடமே விசாரிக்கலாம் எனத் திரும்பி வீட்டுக்கு நடந்தார்கள்.

தண்ணீர் டிரம்மை கடந்தபோது காகம் பறந்து சென்றது. தூக்குவாளியின் க்ளக் க்ளக் க்ளக் சத்தம், விஜயா விஜயா என்று தங்கராஜ் அழைப்பதுபோல இருப்பதைத் திரும்பவும் உணர்ந்தாள் விஜயமாலா. உடனே மூடியைத் திறந்து கடகடவென்று குடித்து முடித்தாள். அந்த மூடியின் உள்பக்கத்தில், ‘அன்பளிப்பு – தங்கராஜ்’ என்ற எழுத்து அழிந்திருந்தபோதிலும் சின்ன அடையாளம்போல ஏதோ தெரிந்தது.

10

ஜெயக்கொடி

எஸ்.எஸ். தாஸின் விலாசம் கிடைத்ததும் என்னுடன் வருவதற்குத் தயாராக இருந்த ரத்தினசாமி முதலில் தயங்கினான். ஏன் என்று தெரியவில்லை. தாஸ் எழுதிய 'ஜெயக்கொடி' நாவலை வாசித்து முடித்தவுடன் அவனிடம் வாசிக்கத் தந்தேன். வழக்கம் போல ஒரு மாதம், இரண்டு மாதம் என்று தாமதம் செய்து 317 பக்கம் கொண்ட 'ஜெயக்கொடி' நாவலை 365 நாட்களுக்குள் வாசித்து முடித்தான். அதனைப் பற்றிய விவாதத்தை மதுரை டவுன் ஹால் ரோட்டிலுள்ள மது விடுதியில் வைத்துக் கொண்டோம். 3 மணிநேரம் விவாதம். அரை பாட்டில் பச்சைலேபிள் வோட்காவும் 2 லிட்டர் தண்ணீரும் எங்கள் இருவர் வயிற்றுக்குள் சரிபாதியாக இருந்தது.

மதுரையில் அன்று வெயில் இல்லை. மது விடுதிக்குள் இருந்தபோது, அதாவது மயக்கத்தில் இருந்தவரை, தாஸைச் சந்திப்பதில் ஆர்வம் காட்டிவிட்டு, மூத்திரம் இருந்து விட்டுத் தேநீர் குடிக்கும்போது பிறகு பார்க்கலாம் என்பது போல நழுவத்தொடங்கினான் ரத்தினசாமி. அத்தனை திட்டங்களும் மதுவிடுதிக்குள்ளும் மதுபாட்டிலின் முன்னும்தான். அதனைவிட்டு வெளியேறிவிட்டால் அவனது திட்டத்திற்கும் அவனுக்கும் நீண்ட இடைவெளி ஏற்பட்டு விடும்.

'ஜெயக்கொடி' நாவலின் முதற்பதிப்பில் தாஸின் விலாசம் இருந்தது. ஆனால் எங்களிடம் இரண்டாம் பதிப்புத்தான் இருந்தது. எந்தக் காரணத்திற்கோ விலாசம் அந்தப் பதிப்பில் அச்சாக்கப்படவில்லை. முதல் பதிப்பு வைத்திருந்த நண்பர்களைத் தேடிப்பிடிப்பதில் கிட்டத்தட்ட இரண்டு வார காலம் கழிந்துவிட்டது. கடைசியாக அமெரிக்கன் கல்லூரியில் தமிழ்த் துறையில் தற்காலிகமாகத் தமிழ் விரிவுரையாளராகப் பணியாற்றிக்கொண்

டிருந்த பூபாலனிடம் விலாசத்தை வாங்கிக்கொண்டேன். வாஸ்பன் விடுதியில் அவர் முதல் பதிப்பைத் தேடி எடுத்து விலாசத்தைத் தந்த இரவைப் பற்றிச் சொல்லிக்கொண்டே இருக்கலாம். வாஸ்பன் விடுதிக் கட்டடமும் அதன் சிவந்த நிறமும் வெளியே மரங்கள் கருமையாக நிற்பதும், வேறு ஏதோ சூழலின் மாதிரியாக இருந்தது. அன்று இரவு வீட்டில் உறங்கிக்கொண்டிருந்தேன். எஸ்.எஸ். தாஸைச் சந்திப்பதுபோலக் கனவு. அவருடன் என்னன்னமோ பேசிக்கொண்டிருக்கிறேன். என்ன பேசுகிறேன் என எனக்கே தெரியவில்லை.

ரத்தினசாமி என்னுடன் வரவில்லை எனத் தெரிந்ததும், எஸ்.எஸ். தாஸைப் பார்க்கக் கிளம்பினேன். கோம்பையில் எஸ்.எஸ். தாஸ் இருந்தார். கோம்பை பஸ் ஸ்டாண்டில் இறங்கியதும் பூபாலன் சொன்னதுபோல, கோயிலுக்கு எதிரே இருந்த தோசைக் கடைக்குச் சென்றேன். கடையில் வாசலில் 'ராமு தோசைக் கடை' என்று பெயர்ப் பலகை இருந்தது. அன்றைய விலை நிர்ணயப் பட்டியல் எழுதி வைத்திருந்தார்கள்.

சாதா தோசை ஒன்றும் இரண்டு பஜ்ஜியும் கேட்டேன். கெட்டிச் சட்டினியோடு கரும்பச்சை இலையில் வைத்து தந்தார்கள். கடலைமாவு சாம்பார். பெரிய வெங்காயத்தை வட்டம் வட்டமாக அறுத்துப் போட்டும், தக்காளியில் பழுத்த பழத்தை உடைத்துவிட்டு முழுதாகப்போட்டும் சாம்பார் வைத்திருந்தார்கள். என் இருக்கைக்கு அருகில் சட்டை போடாமல் வெறும் உடம்புடன் நீண்ட தாடியுடன் இருந்தவர் சாதா பஜ்ஜியைப் பிய்த்துப் போட்டு, கடலைமாவு சாம்பாரை அதன் மேல் ஊற்றிப் பிசைந்துவிட்டு, ஒவ்வொரு துண்டாகச் சாப்பிட்டுக்கொண்டிருந்தார்.

பூபாலன் சொன்னது போல, தோசை சாப்பிடச் சாப்பிட ஆசையாக இருந்தது. சாப்பிட்ட தோசைக்குப் பணம் தந்துவிட்டு வெளியே வந்தேன். பெட்டிக்கடையில் சிகெரட் வாங்கிக்கொண்டு தாஸின் விலாசத்தைக் கேட்டேன். பெட்டிக் கடைக்காரர் சொன்னார். அவர் சொன்ன தெருவின் வழியாகச் சென்றேன். எஸ்.எஸ். தாஸ் வீடு பூட்டியிருந்தது. பூட்டியிருந்த வீடு தாஸினுடையதுதானா என விசாரித்துக்கொண்டே செல்கையில் தாஸ், தோட்ட வேலை செய்து கொண்டிருப்பதாகப் பக்கத்து வீட்டுக்காரர்கள் சொன்னார்கள். ஊரின் கடைசியில் அவரது தோட்டம் இருப்பதாக, தோட்டத்தில் கனகாம்பரமும் ஜல்லிக்கட்டும் போட்டிருப்பதாக விசாரித்ததில் சொன்னார்கள். நடந்தே தோட்டத்திற்குச் சென்றேன்.

பாத்திகளின் ஊடே நின்று பிளாஸ்டிக் குழாய் மூலம் தண்ணீர் விட்டுக்கொண்டிருந்தார் தாஸ். சராசரியான உயரத்தை

விடச் சற்றுக் குறைவானதாக இருந்தது அவரது உயரம். அவரது குட்டையான உருவத்திற்கு ஏற்றதாக அவரது உடல் பருமன் இல்லை. தலைமயிரை ஒட்ட வெட்டிய முகம், அந்த உடல் பருமனுக்குப் பொருந்தவே இல்லை. நான் வணக்கம் சொன்னேன். பதிலுக்கு, என்ன விசயம்? என்று சமிக்ஞையில் கேட்டார். 'ஜெயக்கொடி' நாவல் படித்ததையும் நாவல் பற்றிச் சில விஷயங்கள் பேச வேண்டுமென்று வந்துள்ளதாகவும் கூறினேன். அவர் பிளாஸ்டிக் குழாயைக் கீழே போட்டுவிட்டுக் கைகளைத் தட்டினார். சத்தம் கேட்டுக் கனகாம்பரச் செடிகளி லிருந்து வெளியே வந்தவர் அவரைப் போலவே இருந்தார். முதலில் நான் பேசிக்கொண்டிருந்தவர் என்னை சமிக்ஞையில் இரண்டாவதாக வந்தவரைக் காட்டினார். அவரது அருகா மையில் சென்றேன். அவர் தான்தான் தாஸ் என்றும், இருவரும் இரட்டைப் பிறவிகள் என்றும், அவருக்கு வாய் பேச முடியாது என்றும் சொன்னார்.

எஸ்.எஸ். தாஸின் உண்மையான பெயர் எஸ். சங்கரதாஸ். அவர் என்னை அழைத்துக்கொண்டு அவரது தோட்டத்திற்கு அருகில் தனித்து நின்ற வேப்பமரத்தின் கீழே நின்றார். அவர் நான் மேற்கொண்டு ஒன்றும் கேட்காமலேயே தொடர்ந்து பேசினார். சங்கரதாஸின் சகோதரனின் பெயர் சுருளிமலை. சுருளிமலை பிறப்பதற்குமுன் அவர்களது பெற்றோருக்குக் குழந்தை பிறந்து இறப்பதும் குறைமாதத்திலேயே இறப்பதுமாக இருந்தது. சுருளிமலையிலிருந்து ஒரு நாள் கீழே வந்த சாமியார் பூதநாராயணனுக்குப் பொங்கல் வையுங்கள் என்று சொல்லி விட்டுப் போய்விட்டார். பூதநாராயணனுக்குப் பொங்கல் வைத்த தும் பிறந்த இரட்டைக் குழந்தைகள்தான் சுருளிமலையும் சங்கரதாஸும்.

தாஸ் பேசும்போது குறுக்கிட்டு, "இந்த விஷயம் நாவலில் வருகிறதே. ஆண் குழந்தைக்குப் பதிலாக பெண் குழந்தைகள்" என்றேன். ஆமாம் சரிதான் என்றவர் கதை முழுக்கப் பொய்யும் உண்மையும் கலந்தது" என்றார். இந்த இடத்தில் தாஸிடம் முதலிலேயே கேட்க நினைத்திருந்த கேள்வியைக் கேட்டேன். ஜெயக்கொடியின் பிறப்புறுப்பில் ஞானபண்டிதன் செருப்பால் அடிப்பதுபோல ஒரு சம்பவம் வருகிறது என்று சொல்லி முடிப்ப தற்குமுன் அவராகவே, இது உண்மையில்லை. ஒரு வேகத்தில் எழுதியது. ஞானபண்டிதன் கோபத்தில் அந்தச் சம்பவத்தின் போது என்ன செய்திருப்பார் என யோசித்தபோது வந்த விஷயம். இது முழுக்க எனது கற்பனைதான் என்றார்.

"ஞானபண்டிதனின் அப்பாவும் அவரும் வேண்டுமென்றே தங்கள் மனைவிகளுக்குத் தெரியும்படி வேறொரு பெண்ணுடன்

தொடர்பு வைத்திருப்பார்கள். அப்பாவையும் மகனையும் ஒரே நேரத்தில், ஒரே இடத்தில் நாவலில் இந்த விஷயத்தை சொல்லிவருவீர்கள். திட்டமிட்டுத்தான் எழுதினீர்களா?" என அவரிடம் கேட்டேன்.

தாஸ் "நீங்கள் நாவலைச் சரியாக வாசிக்கவில்லை. என் அப்பாவும் மகனும் வேறு பெண்ணை எங்கும் தேடிச் செல்ல வில்லை. அவர்கள் வீட்டிலேயேதான் தங்கள் தங்கள் சகோதர னின் மனைவிகளோடு தொடர்பு வைத்திருக்கிறார்கள். ஞான பண்டிதன் தன் சகோதரனின் மனைவியின்மேல் மிகுந்த மோக மும் அன்பும் கொண்டு சகோதரனின் பிள்ளைகளையே கவனித்துக்கொண்டிருக்கிறான். இதே போலத்தான் அவனது அப்பாவும் அவரது வாலிப வயதில் அவரது சகோதரனின் மனைவியின்மேல் அன்பு வைத்திருக்கிறார். ஏன் இப்படி ஒரு குடும்பத்தில் ஆண்கள் இப்படி இருக்கிறார்கள்? பெண்களின் பிரச்சினை என்ன? என்று சொல்வதுதான் 'ஜெயக்கொடி' நாவல்."

"ஆமா ஸார். நான் மறந்துட்டேன். நீங்க சொன்ன விசயம் முழுவதும், நாவலில் ஒரு வரியா ஒரு வரியா வரும். இதெல்லாம் பின்னாடி நாவல் வளர்ந்து வரும்போது முக்கியமானதா மாறும் என வாசிக்கிறப்ப தோணாதில்லே."

"நாவலில் எதுவுமே முக்கியமே இல்லே" என்றார் தாஸ். பிறகு என்ன நினைத்தாரோ நாவலைப் பற்றி ஒன்றும் பேச வில்லை. "சாப்பிட்டீங்களா" என்று கேட்டார். தோசைக் கடை யில் சாப்பிட்டதைச் சொன்னேன். பிறகு "கொஞ்சம் தோட்டத் திலே வேலை இருக்கு. இங்கேயே இருங்க. பூ வாங்க ஆள் வரும். வாங்கிட்டுப் போனதும் நாம ஊருக்குள்ள போகலாம்" என்றார். நானும் "சரி" என்றேன்.

வேப்ப மரத்தின் கீழே நின்று சிகரெட் பிடிக்கத் தொடங்கி னேன். நாவலின் ஒவ்வொரு பக்கமாக நினைவுக்கு வரத் தொடங்கின. கொஞ்சம்தான் ஞாபகத்தில் இருந்தது. நிறைய மறந்து போய்விட்டது. இன்னொரு முறை படித்துவிட்டு வந்திருக்கலாம் . . . என்று கூடத் தோன்றியது. ஞானபண்டிதன், தன் மூன்றாவது மகளை ஜெயக்கொடி போட்டு அடிக்கும் போது, பார்த்துக்கொண்டே கண்ணீரோடு வீட்டைவிட்டு வெளியேறித் தோட்டத்திற்குப் போவதும், அதே இடத்தில் ஞானபண்டிதன் அப்பாவும் அவரது மனைவியும் திளைத்து அழுவது எனக்குப் பிடித்தமான இடம். அந்தப் பக்கத்தையே திரும்பத்திரும்ப இரண்டு முறை படித்திருக்கிறேன்.

ஞானபண்டிதனின் அம்மா அவன் சிறுவயதாக இருக்கும் போது, அவனை அடிப்பாள், ஞானத்தின் அப்பா ஒன்றும்

செய்ய இயலாமல் தன்மேல் உள்ள கோபத்தினை மகன்மேல் காட்டுகிறாளே என்று வீட்டைவிட்டு வெளியேறித் தோட்டத்திற்குச் செல்வார். ஞானபண்டிதன் தன் மகள் மேல் பிரியமாக இருப்பார். அதைத் தெரிநதேதான் அவரது மனைவி ஜெயக்கொடி பிள்ளையின் மேல் கோபத்தைக் காட்டுவாள். ஞானம் ஒருதடவை சாராயம் குடித்துவிட்டு எவ்வளவு திட்டினாலும் அடித்தாலும் தன்மகள் அவளது அம்மாவுடனே ஒட்டிக்கொண்டிருக்கிறதே ... ஏன் தன் மேல் அன்பு வைக்க மறுக்கிறது என்று தம்பியின் மனைவியிடம் சொல்லிப் புலம்பினார்.

சின்ன டெம்போ ஒன்று தோட்டத்திற்கு முன் நின்றது. பூக்கள் பறித்து வைத்திருந்த கூடைகளைத் தூக்கி ஆட்கள் டெம்போவில் வைத்தனர். ஏற்கனவே டெம்போவில் சம்பங்கிப் பூக்கள் கூடையில் நிறைந்திருந்தது. கனகாம்பரத்தையும் ஜல்லிக் கட்டுவையும் ஏற்றிக்கொண்டு போனதும் தாஸ் என்னருகே வந்து “போகலாமா” என்று கேட்டார்.

நாங்கள் இருவரும் ஊருக்குள் போகும் பாதையில் நடந்தோம். ஊரில் மதிய நேரம் அமைதியாக இருந்தது. தாஸின் வீட்டிற்குள் சென்றபோது, வீட்டிற்குள் முதியவர் சமையல் செய்துகொண்டிருந்தார். தாஸ் அவரை எனக்கு அறிமுகம் செய்து வைத்தார். அவர் தாஸின் அப்பா. அவர் செயல்களில் பெண்ணின் சாயலும் உடலில் ஆணின் பலமும் இருந்தது. அவர் சமையல் செய்துகொண்டிருந்தார். இடுப்பில் துண்டு மட்டும் கட்டியிருந்தவர், கீழே தரையில் உட்காரும்போதும் காலை நீட்டும்போதும் துண்டைச் சரிசெய்வதும், விலகிய பகுதியை இழுத்து விடுவதுமாக இருந்தார். உலையில் இருந்த அரிசியின் மணம் அந்த அறை முழுவதும் இருந்தது. அரிசி சோறாகும் பக்குவத்தைக் கரண்டியில் கிண்டிக் கிண்டிப் பார்த்துக்கொண்டு இருந்தார். கொத கொதவென்று பாத்திரத்திலிருந்து சப்தம் வந்தது. குமிழ் குமிழாக உடைந்து சப்தம் அதிகமாகிக்கொண்டிருந்தது. தாஸின் அப்பா சமையல் வேலை முடிந்துவிட்டதாகச் சொன்னார். பிறகு அவர் குளித்துவிட்டு வருவதாகச் சொல்லி வீட்டின் பின்பக்கமாகச் சென்றார்.

வீட்டில் உள் அறையில் அமர்ந்துகொண்டோம். அந்த அறையில் பொருட்கள் ஏதுமில்லை. தாஸ், தான் அணிந்திருந்த உடைகளைக் கழற்றிவிட்டு வெள்ளை நிறத் துண்டைக் கட்டிக்கொண்டார். கருத்த உடல். ஆண்கள் மூவரும் ஒரே மாதிரியான உடலைக்கொண்டிருந்தனர். தாஸ் தனது வேட்டியையும் சட்டையையும் சுருட்டியபடி வீட்டின் பின்பக்கம் சென்றார். துணி துவைக்கும் சத்தமும் கிணற்றிலிருந்து நீர் சேந்தும் சத்தமும் தொடர்ந்து கேட்டது. யாரும் யாருடனும் பேசிக்கொள்ள வில்லை.

வீட்டின் வெளியே பழைய பேப்பர் வாங்குபவன் சைக்கிளில் நின்றிருந்தான். சைக்கிளின் பின் கேரியரில் மரப் பெட்டியில் கப்பங்கிழங்கு நிறைய இருந்தது. கப்பங்கிழங்குக்காரன் வீட்டின் வாசலில் என்னைப் பார்த்ததும் "அவங்க இல்லையா?... பழைய பேப்பர் போடுறதா நேத்தே சொன்னாங்க" என்றான். இரண்டு பேரும் உள்ளே குளிப்பதாகவும் பிறகு வாருங்கள் என்றும் சொன்னேன். அவன் ஒன்றும் பதில் பேசாமல் சைக்கிளை உருட்டிக்கொண்டே நடந்து சென்றான். சிறிதுநேரம் வாசலில் நின்றிருந்துவிட்டுத் திரும்பவும் வீட்டுக்குள் போய் உட்கார்ந்துகொண்டேன்.

'ஜெயக்கொடி' நாவலில் ஞானபண்டிதனின் கடைசி சகோதரன் ஊரிலிருந்து வந்திருப்பான். உடன் அவன் மனைவியும் பிள்ளைகளும் ஜெயக்கொடி சமைத்துவிட்டதாகவும் குளித்துவிட்டு வந்தவுடன் சாப்பிடலாம் என்றும் சொல்லிக் குளிக்கச் செல்வாள். தோட்டத்திலிருந்து ஞானபண்டிதன் வந்து 'குளித்துவிட்டு வருகிறேன் சாப்பிடலாம்' என்று சொல்வான். கணவனும் மனைவியும் குளித்து முடித்து வர அரை நாள் பொழுது கழிந்துவிட்டது. பசியோடு இருந்த பிள்ளைகள் அப்படியே தூங்கிவிட்டன. ஞானபண்டிதனின் சகோதரனும் அவனது மனைவியும் குளித்து வரும்வரை காத்திருந்துவிட்டு, பிறகு சாப்பிட்டார்கள் என்று வரும்.

சங்கரதாஸும் அவருடைய அப்பாவும் குளித்துவிட்டு வருவதற்குத் தாமதமானபோது, இதுதான் ஞாபகத்திற்கு வந்தது. கொஞ்ச நேரம் காலை நீட்டிப் படுக்கலாம் என படுத்து அப்படியே தூங்கிவிட்டேன். சிறிது நேரம் கழித்து எழுந்தபோது அவர்கள் இருவரும் சாப்பிட்டுக்கொண்டிருந்தனர். தாஸ் "சாப்பிடுறீங்களா?" என்று என்னிடம் கேட்டார். "சரி" என்று அவர்களுடன் அமர்ந்துகொண்டேன். சாப்பிட்டுவிட்டு ஊருக்குச் செல்வதென முடிவு செய்து தாஸிடம் சொல்லிவிட்டு பஸ் ஏறினேன்.

மதுரையில் வந்து இறங்கியதும், நல்ல மழை. இரவு வேளை. பஸ்டாண்டைவிட்டு வெகு தொலைவில் இருந்தது என்னுடைய வீடு. ரத்தினசாமியின் வீட்டிற்குச் சென்று சிறிதுநேரம் இருந்துவிட்டு மழை நின்றபிறகு வீட்டிற்குச் செல்லாலாமென அவனது வீட்டிற்குச் சென்றேன். ரத்தினசாமியின் வீட்டில் வாசல் திறந்தே இருந்தது. இந்த மழையிலும் இரவு நேரத்திலும் ஏன் இப்படி வீட்டைத் திறந்து லைட்டைப் போட்டு வைத்திருக்கிறான் என்று நினைத்தபடியே வீட்டிற்குள் சென்றேன்.

வீட்டின் முன் அறையில் ரத்தினசாமியும் பூபாலனும் வேறு ஒருவருடனும் உணர்ச்சிபூர்வமாகப் பேசிக்கொண்டிருந்

தனர். அவர் யார் என எனக்குத் தெரியாது. இதுவரை அவரைப் பார்த்ததே இல்லை. அவர்கள் பேசிக்கொண்டிருந்தது தாஸின் நாவலைப் பற்றித்தான் என்று பேசியதிலிருந்து தெரிந்துகொண்டேன். பூபாலன், என்னிடம் இவர்தான் எஸ்.எஸ். தாஸ் என அறிமுகம் செய்து வைத்தார். "இவரா தாஸ்" என்று அவர்களிடம் கேட்க "ஆமாம்" என்று ரத்தினசாமியும் சொன்னான். எனக்கு ஆச்சரியமாக இருந்தது. "கோம்பைக்குச் சென்று சங்கரதாஸைப் பார்த்துவிட்டு இப்போதுதான் வருகிறேன்" என்று அவர்களிடம் சொன்னேன்.

எஸ்.எஸ். தாஸ் என்னிடம் "என் பெயர் சங்கரதாஸ் இல்லை. சகாயதேவதாஸ். கோம்பைதான் என் ஊர். எப்போது வந்து என்னை பார்த்தீர்கள்?" என்று என்னிடம் கேட்டார். எஸ்.எஸ். தாஸ் இப்படி கேட்டதும் ரத்தினசாமியும், "நீ எப்போது கோம்பை போனே" என்று கேட்டான். "இப்போது அங்கிருந்துதான் வருகிறேன்" என்று அவனிடம் சொன்னேன். தாஸ் சிரித்துக்கொண்டே "பெரிய்ய மேஜிக்கா இருக்கே" என்றார். நான் ஒன்றும் பேசவில்லை. கோம்பை போனதை யாரும் நம்பப் போவதில்லை. நான் பார்த்த தாஸ் இவரில்லை. உண்மையில் ஜெயக்கொடி நாவலை எழுதியது எந்த தாஸ் என்று எனக்குக் குழப்பமாக இருந்தது.

தாஸிடம் 'ஜெயக்கொடி' நாவலில் வரும் சம்பவத்தை எடுத்துச்சொல்லி விளக்கம் கேட்டேன். "ஞானபண்டிதன் ஏன் ஜெயக்கொடியின் பிறப்புறுப்பில் செருப்பால் அடிக்கிறான்" என்று கேட்டேன். தாஸ் "அப்படியொரு சம்பவம் நாவலில் இல்லையே" என்று சொன்னார். மேலும் அவர் பூபாலனிடமும் ரத்தினசாமியிடமும் நான் சொன்னதுபோல ஏதாவது சம்பவம் இருக்கிறதா என்று கேட்டார். அவர்களும் ஞானபண்டிதன் என்கிற கதாபாத்திரமே இல்லையே என்று சொன்னார்கள்.

எனக்கு ஒன்றும் புரியவில்லை. படித்து முடித்த நாவலின் கதை எப்படி மாறும்? 'ஜெயக்கொடி' நாவல் படித்ததும், நாவலில் ஞானபண்டிதன் என்னும் கதாபாத்திரம் இருப்பதும் இப்போது ரத்தினசாமி வீட்டில் உட்கார்ந்து பேசிக்கொண்டிருப்பதும், எது நிஜம், எது நிஜமில்லை!... என்ற சந்தேகத்தை உண்டாக்கியது. உண்மையிலேயே நான் படித்த 'ஜெயக்கொடி' நாவல் கதை வேறொன்றா?

அவர்கள் பேசிக்கொண்டிருப்பதையே கேட்டுக்கொண்டிருந்தேன். திடீரென்று கோபம் வந்தது எனக்கு. தாஸிடம் "நீங்கள்தானே ஜெயக்கொடி நாவலை எழுதியது" என்று கேட்டேன். அவர் ஒன்றும் பதில் பேசவில்லை. என் அருகில் அமர்ந்துகொண்டு கைகளைப் பிடித்துக்கொண்டார்.

“நேற்றிரவு எங்கிருந்தீர்கள்?” என்று கேட்டார். “எனது வீட்டில் தான் இருந்தேன்...” என்று பதில் சொன்னேன். “இன்று காலையில்தான் என்னைச் சந்தித்தீர்களா” என்று கேட்டார்.

என்ன சொல்வது என்று தெரியவில்லை. “அங்கு பார்த்த தாஸ் நீங்கள் இல்லை. நான் பார்த்த தாஸ் வேறு. நீங்கள் வேறு” என்றேன். எல்லோரும் என்னையே பார்த்துக்கொண் டிருந்தார்கள். வெளியே மின்னல் ஒன்று வெட்டி தெருவைப் பளீச்சிட்டது.

பிறகு கரண்ட் போய்விட்டது. நாங்கள் இருட்டில் உட் கார்ந்து இருந்தோம். வாஸ்பன் விடுதிக் கட்டடத்திலிருந்து வெளியெறி நேராக எங்கு சென்றேன்? என்று யோசிக்கத் தொடங்கினேன். இரவில் என் வீட்டில் படுத்திருந்தபோது வந்த கனவுகூட இப்போது ஞாபகத்தில் இருந்தது. அப்போது தான் தெரிந்தது; திரும்பவும் அவர்கள் கோம்பையில் தாஸைச் சந்தித்ததைப் பற்றிக் கேட்டால் என்னால் சொல்ல முடியுமா என்று யோசித்தேன். கோம்பைக்குச் சென்று வந்தது பற்றி நினைத்தபோது ஒன்றுமே ஞாபகத்தில் இல்லாததுபோல இப்போது இருக்கிறது.

தொகுப்பு நூல் ‘இருள் விலகும் கதைகள்’

11

இரு நிறமுடைய காட்சிகள்

தன் உடலின் மேல் பால்கவுச்சி மணம் இருப்பதை விரும்பாமல், சட்டையைப் போட்டுக்கொண்டார் தங்க முடிராஜா. சைக்கிளில் பால் பண்ணையின் பெயர் எழுதியிருந்தைப் பார்த்ததும் அவருக்கு எரிச்சலாக வந்தது. கண்களில் தூக்கமும் உடலில் அசதியுமாக இருந்தவர், வெறுப்புடன் ஸ்டேன்டை எடுத்துவிட்டு உருட்டினார். அவரைப் போலப் பத்துக்கும் மேற்பட்டவர்கள் பண்ணையில் வேலை பார்த்தார்கள். சைக்கிள் மேல் ஏறி அமர்ந்து அழுத்தினார்.

தங்கமுடிராஜா, தனக்காக நிறைய நபர்கள் காத்திருப்பது போன்ற வேகத்தில் சைக்கிள் ஓட்டுவார். அவருக்கு உதயமாகிற சூரியனைப் பார்த்துக்கொண்டு சைக்கிளில் செல்வது பிடிக்கும். தன் வாடிக்கையாளர்களின் பெயர்களையும் அவர்களின் கடன் பாக்கிகளையும் சின்ன நோட்டில் எழுதி வைத்திருந்தார். அதிகாலையிலிருந்து ஏழு மணி வரையும் பிறகு மாலை மூன்று மணியிலிருந்து ஆறு மணிவரையும் பால் ஊற்றி வந்தார்.

பால்பண்ணையில் ஏற்கனவே அவரது சக ஊழியர்கள் வந்திருந்தனர். காக்கிநிற டவுசரும் நீலநிறச் சட்டையும் அணிந்துகொண்டு பால் கேனைக் கட்டிக் கொண்டார். காலை நேர மேலாளர் முன்னிலையில் பாலை அளந்து ஊற்றினார்கள். தங்கமுடிராஜா மூன்றாவது நபராகப் பால் வாங்கி, கேனில் சீல் வைத்துக் கொண்டு புறப்பட்டார்.

அதிகாலை வேளை பொன்னம்பலம் தெரு (முதல் வீட்டிலிருந்து கடைசி வீடு வரை)

வானத்தில் சில நட்சத்திரங்கள் தெரிந்தன. கிழக்கு வானத்தில் நீலநிறம் படரத் தொடங்கியது. தங்கமுடிராஜா சைக்கிளை வேகமாக அழுத்தினார். அதிகாலை

வேளையில் அவரது மனம் உற்சாகமாகச் செயல்படும். பிடித்த மான பாடலை முணுமுணுத்துக் கொண்டு சைக்கிளில் செல்வார். வெற்றிகரமான வேலையைச் செய்வது போலவோ அல்லது செய்த வேலைக்குக் கிடைத்த வெற்றியின் மகிழ்ச்சியை அனுபவிப்பது போலவோ அவரது முகம் மலர்ந்திருக்கும்.

பொன்னம்பலம் தெருவிற்கு, ஜீவன் தியேட்டர் சந்தைத் தாண்டித்தான் போக வேண்டும். ஜீவன் தியேட்டர் சந்தில் தெருவிளக்குகள் எதுவும் இல்லை. மழைக்காலங்களில் மட்டும் தான் கவனமாக சைக்கிளில் போக வேண்டும். மற்றபடி தியேட்டர் சந்தின் இருட்டில் வேறு எந்தப் பிரச்சினையும் இருக்காது. தீபாவளியன்று காலை நேரத்தில்கூட, சந்தில் நடமாட்டமில்லாமல் இருட்டாகத்தான் இருக்கும். காலை ஒன்பது மணிக்கு மேல்தான் கடைகள் திறப்பார்கள்.

தியேட்டர் சந்தில் மணி அடித்தபடி சைக்கிளை ஓட்டினார். தியேட்டரின் மெயின் கேட் பக்கம் குழந்தை அழுவதுபோலச் சத்தம் கேட்டது. மணி அடிப்பதை நிறுத்திவிட்டு, பூனைச் சத்தமா குழந்தை அழுகையா என்று கவனித்தார். குழந்தை தான்! மெதுவாக கேட் அருகே சென்றார். வானத்து நீலநிற வெளிச்சத்தில் கையில் குழந்தையுடன் ஒரு பெண்ணைப் பார்க்க முடிந்தது. தங்கம் அருகே செல்வதற்குமுன், அப்பெண் குழந்தையை டிக்கட் கவுண்ட்டர் வாசலில் போட்டுவிட்டு, தங்கத்தைப் பார்க்காதவள்போல வேகமாக நடந்தாள். தங்கத் திற்குப் புரிந்துவிட்டது. வேகமாக அவள்முன் சைக்கிளை நிறுத்தினார்.

“பிள்ளையைத் தூக்கும்மா . . . பிள்ளையை ஏம்மா விட் டுட்டுப் போறே?” என்று கோபமாகக் கேட்டார். அப்பெண், குழந்தை தன்னுடையது அல்ல என்றும், தான் மலை வண்டிக்குப் போக வேண்டுமென இந்தப் பக்கம் வந்ததாகவும், வரும்பொழுது சத்தம் கேட்டு நின்றதாகவும் சொன்னாள். தங்கம் நம்பவில்லை. மேலும் கோபமானவராக, “பிள்ளையைத் தூக்குறியா இல்லே, போலீஸில் சொல்லட்டுமா?” என்றார். போலீஸ் என்றதும் அப்பெண் பயந்துவிட்டாள். தங்கத்தின் கால்களைப் பிடித்துக்கொண்டு அழுதாள்.

“அண்ணே, பிள்ளையை வளர்க்க முடியல்லண்ணே. இது மூணாவது பொம்பளப் பிள்ளை. என் புருஷன் தினமும் என்கூடச் சண்டை போடுறான். பிள்ளைக்குப் பால்கூட வாங்க முடியலை அண்ணே என்னால்” என்றாள்.

“எம்மோ . . . எம்மோ . . . காலை விடும்மா. காலங் காத்தாலே யாராவது பார்த்தா என்னை ஒரு மாதிரி நினைப்பாங்க . . . எந்த ஊரு? . . .”

அவள் கண்களைத் துடைத்துக்கொண்டு, தன் ஊரின் பெயரைச் சொன்னாள். தரையில், கிடந்த பிள்ளையைத் தூக்கிக்கொண்டாள். பிறந்து முப்பது தினங்கள் முடிந்திராத அப்பெண்குழந்தை அழுவதை நிறுத்தியிருந்தது. சொல்லிக் கொள்ளாமல் நடக்கத் தொடங்கினாள். இரண்டு மூன்று அடி நடந்த பிறகு மனம் கேட்காமல் தங்கம் அவளிடம் "செலவுக்குப் பணம் வேண்டுமா? பஸ் டிக்கெட்டிற்குப் பணம் இருக்கிறதா" என்று கேட்டார். அவள் தயங்கியவளாக நின்றாள். தியேட்டர் சந்தைவிட்டு, பஜாருக்கு அவளை அழைத்து வந்தார். தான் வாடிக்கையாகப் பால் ஊற்றும் டீக்கடையைப் பார்த்தார். திறந்திருந்தது. அப்பெண்ணைப் பின்னால் வரச்சொல்லிவிட்டு டீக்கடைக்குப் போனார். கடையில் வடை போட்டிருக்கவில்லை. கிரைண்டரில், உளுந்தப்பருப்பையும் அரிசியையும் போட்டு ஆட்டிக்கொண்டிருந்தனர். சைக்கிளை நிறுத்திவிட்டுக் கடைக்கார ரிடம் ஐம்பது ரூபாய் கேட்டு வாங்கிக் கொண்டார்.

அப்பெண் ஐம்பது ரூபாயை வாங்கிக்கொண்டு பஸ் ஸ்டாண்டுப் பக்கம் நடந்தாள். தன்னை யாரும் பார்த்துவிடக் கூடாது என்று முகத்தைச் சேலை முந்தியில் மறைந்திருந்தாள். தங்கம் அவள் பஸ்டாண்டிற்குப் போவதைப் பார்த்துவிட்டு பொன்னம்பலம் தெருவிற்கு சைக்கிளை உருட்டினார்.

தெருவில் முதல் வீட்டுக்காரப் பெண் வாசல் கூட்டிக் கொண்டிருந்தாள். அந்த வீட்டில் தினமும் காலையிலும் மாலை யிலும் ஒரு லிட்டர் பால் வாங்குவார்கள். பால் ஊற்றிவிட்டு, அடுத்த வீட்டுப் பக்கம் நின்றார். மூன்றாவது வீட்டுப் பாட்டி பாத்திரத்துடன் வாசலில் நின்றிருந்தாள்.

வாசவி ஸ்டோர் எதிர் சந்து: (முதல் நான்கு வீடு மட்டும்)

தங்கம் மெயின் ரோட்டைக் கடக்கும்போது கிழக்குப் பக்கம் பார்த்தபடி சிறிது விநாடிகள் நிற்பது அவரது அன்றாடப் பழக்கம். கிழக்கு வானத்தில் தீப்பந்தத்தை உயர்த்திப் பிடிப்பது போல, சூரியன் ஆரஞ்சு நிறமும் மஞ்சளுமாகக் கலந்து நகர்ந்து கொண்டிருந்தது. சற்றுநேரம் நின்று பார்த்தார். பிறகு வாசவி ஸ்டோர் பக்கம் சைக்கிளை ஓட்டினார்.

வாசவி ஸ்டோர்முன் கூட்டமாக இருந்தது. கடையின் பூட்டை உடைத்துத் திருடியிருந்தனர். வாசவி ஸ்டோர், அந்தப் பகுதியில் பெரிய கடை. அரிசியிலிருந்து ஆப்பச்சட்டி வரை அடுக்கி வைத்திருந்தனர். இரும்புக் கதவுப் பூட்டை உடைத்துப் பணத்தை எடுத்துச் சென்றிருந்தனர். மோப்ப நாயுடன், போலீஸ் காரர்கள் இரண்டு ஜீப்பில் வந்து இறங்கியிருந்தனர். கூட்டத்தை விலக்கிவிட்டுச் சந்திற்குள் நுழைந்தார். தெருவின் கடைசி

வீட்டில், வேறொரு பண்ணை பால்காரர் வெள்ளை உடையில் நின்றிருந்தார். சைக்கிளைத் தன்மேல் சாய்த்துக்கொண்டு மணி அடித்துக்கொண்டே இருந்தார். கடைசி வீட்டுக்காரர் கதவைத் திறக்கவே இல்லை. கோபமாக, சைக்கிளை நிறுத்திவிட்டுக் கதவை ஓங்கி ஓங்கித் தட்டினார்.

தங்கம் மணியடித்தார். "ராசா பாலு." தங்கத்திடம் பால் வாங்கும் முதல் வீட்டுப் பெண், நைட்டியில் வந்தாள். அவளது தலை கலைந்து கிடந்தது. நைட்டியின் மேல், பக்கமிருந்த ஜீப் பிய்ந்து போயிருந்ததால், 'பின்' வைத்து மாட்டியிருந்தாள். நைட்டியைத் தூக்கி இடுப்பில் சொருகியபடி கிண்ணத்தை நீட்டினாள். வெள்ளைச் சட்டை போட்ட பால்காரர் தங்கத்தைக் கடந்தபோது மணி அடித்துவிட்டுப் போனார். தங்கமும் பதிலுக்கு மணியை அடித்தார்.

இரண்டாவது வீட்டிலிருந்தவள் வாசலில் நின்றிருந்தாள். அந்தப் பெண்ணிற்கு இன்னமும் திருமணமாகவில்லை. அவளது சகோதரி திருமணம் முடிந்து அமெரிக்காவில் இருக்கிறாள். தனக்கும் அமெரிக்கா அல்லது குறைந்தபட்சம் மலேசியா சிங்கப்பூர் மாப்பிள்ளையாவது வேண்டுமென்று ஒத்தைக்காலில் நின்று, தினமும் பால் வாங்கிக்கொண்டிருக்கிறாள். அந்தச் சின்னப்பெண் வழக்கமாக வாங்கும் அளவைவிடக் கூடுதலாகக் கேட்டாள். தங்கம் "பொண்ணு பார்க்க வர்றாங்களா வசந்தா" என்று கேட்டார். வசந்தா "ஆமாம்" என்றாள். "எந்த ஊரு மாப்பிள்ளை?" "அந்தமானில் கப்பலில் வேலை செய்றாரு."

"அப்போ ... வசந்தா திருப்பதி போயி மொட்டை போடணுமில்லே."

"ஆமாண்ணே, ஆனா இப்போ இல்லை ... ஆம்பளைப் பிள்ளை பெறந்தவுடனே பிள்ளையைத் தூக்கிட்டுப் போகணும்" என்றாள்.

"என்னாம்மா அடிக்கடி மொட்டை போடுறதை மாத்துறே" என்றார். அவள் சிரித்துக்கொண்டே வீட்டுக்குள் போனாள். அடுத்த வீட்டுக்காரி வாசலைவிட்டுத் தெருவில் நின்றிருந்தாள். தங்கத்திற்கு அவளைப் பற்றித் தெரியும். கோபக்காரப் பெண். காசு தராமல், 'தந்துவிட்டேன்' என்று சொல்லிச் சண்டை போடுபவள். அந்தப் பெண் கோபமாக, "அண்ணே சீக்கிரம் வாங்க. எங்களுக்கு வேற வேலை இல்லையா? அவள்கிட்டே நின்னு அந்தமானுக்குப் போற கதையைப் பேசிக்கிட்டு இருக்கீங்க" என்றாள். தங்கத்திற்கு அவளிடம் எப்படிப் பேசுவது என்பது தெரியும். அளந்து ஊற்றுவதுபோல, உழக்குத் தட்டாமல் ஊற்றுவதுபோல, பேசிவிட்டு நகர்ந்துவிடுவார். பக்கத்துவீட்டுப்

பெண்ணைச் சண்டைக்கு இழுக்கிறாள் என்று அமைதியாகப் பால் ஊற்றினார்.

"அவுங்க அக்கா அமெரிக்காவிலே இருக்காளாம். இவள் அந்தமானுக்குப் போறாளாம். நேத்திலிருந்து அந்தமானு அந்த மான்னு அம்மாவும் மகளும் பேசிக்கிட்டே இருக்காங்க ... பாலை இங்க பாத்து ஊத்துங்கண்ணே... ஏன் அவள் வீட்டைப் பார்க்கிறீங்க?" என்றாள் கோபமாக.

டாக்டர் பார்த்தசாரதி வீடு

டாக்டர் கருப்பு நாயுடன் வாசலில் நின்றிருந்தார். வெற்றுடம்பில் வெள்ளையும் கருப்புமான ரோமங்கள் ஊடே, விரல்களால் மார்பைத் தடவியபடி பால்காரரை, "என்ன லேட்டு ... கரெக்டா ஆறு இருபதுன்னா, ஆறு இருபதுக்கு வரணும். பத்து நிமிஷம் இன்னைக்கு லேட். நேற்றுப் பத்து நிமிஷத்துக்கு முன்னாடி வந்து மணி ஆட்டுறீங்க. என்ன டைம் ஃபாலோ பண்ணுறீங்க" என்று அதட்டினார்.

"ஸார், பால் லேட் ஸார்."

"சும்மா கதை வுடாதய்யா ... போன் போட்டுப் பண்ணையில் பேசிட்டேன். நானும் பக்கத்து வீட்டு வக்கீல் மாதிரி பாக்கெட் பால் வாங்கிடப் போறேன்."

"ஸார், நாளைக்குக் காலையிலே சரியா வந்துடுறேன். கோபப்படாதீங்க." தங்கம் பாலை ஊற்றினார்.

டாக்டர் அவரிடம், "இன்னைக்குச் சாயங்காலம் டயத்துக்கு வாப்பா, மூணுமுப்பதுன்னா கரெக்டா, வீட்டு முன்னாடி நிக்கணும் தம்பி."

"சரி ஸார்."

டாக்டர் பண்ணையின் நிர்வாகஸ்தரில் ஒருவர். பாலும் நிர்வாகமும் ஒழுங்காக இருக்க வேண்டுமென்று, பல திட்டங்கள் போட்டு நடைமுறைச் சிக்கலோடு செயல்பட்டுக்கொண்டு வந்தார். டாக்டரின் வீட்டிற்கு அருகில்தான் வக்கீல் வீடு. வக்கீல் மணியும் முதலில் பண்ணையில்தான் பால் வாங்கிக் கொண்டு இருந்தார். வக்கீல் மணி, தன்னையும் பண்ணையில் பங்குதாரராகச் சேர்த்து, நிர்வாக உறுப்பினராக்க வேண்டுமென டாக்டரிடம் சொன்னார். டாக்டர் சேர்த்துவிடவில்லை. பிறகு வக்கீல் மணி, தங்கத்திடம் பேசுவது டாக்டருக்கும் பிடிக்காமல் போய் தங்கத்தைத் தொடர்ந்து திட்டிக்கொண்டிருந்தார்.

பண்ணையில் ஆண்டுவிழாவின்போது "சில புல்லுருவிகள் நமது சங்க விஷயத்தைச் சங்கத்திலில்லாத பலரிடம்

சொல்லிவருகிறார்கள். அவர்களை விரைவில் களையெடுப்பது போலப் பணி நீக்கம் செய்யப்படும்” என்றார். பலத்த கைத்தட்டல் ஆரவாரத்திற்கு இடையே, டாக்டர் பேசியது தன்னைத்தான் என்று கவலையுடன் சாப்பிடச் சென்றார் தங்கம்.

ஆண்டுவிழா விருந்தில் காளான் பிரியாணியும் கோழி ரோஸ்ட்டும் இருந்தது. பண்ணையில் பணிபுரியும் அனைவரும் குடும்பத்துடன் வந்திருந்தனர். சாப்பாடு தயாரானதும் பணி யாளர்கள் பிற்பகலில் பால் ஊற்றப்போகும் அவசரத்தில் பந்தியில் அமர்ந்துவிட்டனர். நிர்வாகஸ்தர்களும் வீட்டுப்பிள்ளை களும் ரொம்ப நேரம் காத்திருந்து, பின் சாப்பிட்டுச் சென்றனர்.

தங்களைக் காத்திருக்கச் செய்த வகையில், நிர்வாகஸ்தர் கள் பலருக்கும் கோபம்தான், என்ற போதிலும் பலரும் சமத் துவம், சகோதரத்துவம் என்று பேசிப் பந்தியில் ஊழியர்களுடன் உட்கார்ந்து கொண்டனர். நிர்வாகஸ்தர் ராமசந்திரமூர்த்தி இச்சம்பவத்தை மனதில் வைத்து சப்ளையர்களை வஞ்சகமாகப் பழிதீர்த்துக் கொண்டார். அதன்படி ‘வரும் ஆண்டுவிழாவில் விருந்து செலவைக் குறைப்பது என்றும், விருந்துக்குப் பதிலாக ‘எஸ்.கே.சி’ மட்டும் வழங்குவது’ என்றும் தீர்மானம் எழுதிக் கையெழுத்திட்டனர். இது பழிவாங்கும் நடவடிக்கை என்று பால்காரர்கள் நினைத்தாலும், சாப்பிடும் விஷயத்தில் தாங்கள் இதைப் பெரிதுபடுத்தக் கூடாது என்று விட்டுவிட்டனர். ஆனால் ராமசந்திரமூர்த்தி ஒவ்வொரு பால்காரரையும், தனித்தனியாக அழைத்துத் திட்டித் தனது கோபத்தைத் தீர்த்துக் கொண்டார்.

கமலம்மா டீச்சர் வீடு.

வெய்யில் மெதுவாக முதுகுப் பக்கம் விழத்தொடங்கி வியர்க்க ஆரம்பித்தது. சிகரெட் புகையும் டீயும் தெளிச்சியாக இருந்தது. தூக்கம் முற்றிலும் கலைந்துவிட்டது. மணியைச் சப்தமாகக் கேட்கும்படி அடித்தார். டியூசன் போகும் பிள்ளை களைக் கடந்து வேகமாக சைக்கிளை மிதித்தார். கமலம்மா டீச்சர் வீடு தனியாக இருந்தது. வேறு யாரும் டீச்சர் வீட்டுப் பக்கம் வாடிக்கை இல்லை. டீச்சர் மட்டும் பத்து வருஷமாகத் தங்கத்திடம் பால் வாங்கிக்கொண்டிருக்கிறார். டீச்சர் மட்டும் தான் பால் கூப்பன் எடுத்திருந்தார். காலையில் 700மிலியும் மாலையில் 700மிலிக்கும் சேர்த்துக் காலையிலேயே கூப்பன் தந்துவிடுவார். டீச்சர் வீடு மேடானது. அழுத்திச் செல்ல முடியாது. உருட்டிக்கொண்டுதான் போக வேண்டும் இன்னமும் அந்தப் பக்கம் வீடுகள் கட்டவில்லை. காட்டுச்செடிகளின் ஊடே வீடுகள் தனித்தனியாக இருந்தன.

டீச்சர் வீட்டிற்குப் போகும் பாதையில்தான் வாட்டர் டேங்க் இருக்கிறது. அந்த வாட்டர் டேங்க்கின் மேலே பெரிய

தாமரைப் பூவைச் சிமிண்ட்டால் கட்டியிருந்தார்கள். தூரத்தி லிருந்து பார்க்கும்போது வானமும் மேகமும் தாமரைப்பூவும் பக்கத்துப் பக்கத்தில், ஆகாயத்தில் அந்தரத்தில் மிதப்பதுபோலத் தோன்றும். தூரத்தில் தாமரைப்பூ தெரியும்போதே, தங்கம் சைக்கிளைவிட்டு இறங்கிக்கொள்வார். அதற்கு மேல் அவரால் உந்தி அழுத்த முடியாது.

டீச்சர் வீடு திறந்திருந்தது. அவர்கள் வீட்டில் பூனைகள் இருந்தன. தங்கத்தின் சைக்கிள் சத்தத்தைக் கேட்டதும், தன் னிருப்பிடத்தைவிட்டு எழுந்து ஈயத்தட்டுகளின் முன்பாக அமர்ந்துகொண்டன. பூனைகளின் பச்சை நிறக் கண்களும், நீல நிறக் கண்களும் பார்ப்பதற்கு பயமாக இருக்கும். முதலில் பூனைகளுக்குத்தான் டீச்சர் பால் வாங்குவார். சாயங்காலம் பால் ஊற்றும்போது, டீச்சர் வீட்டில் வேலை செய்யும் பெண், பூனைகளை எத்திவிட்டுப் பால் கிண்ணத்துடன் வருவாள். அவள் தங்கத்திடம், "இதுகள வேறே டீச்சர் நடு வீட்டிலே வளர்க்கிறாங்க. மனுசங்க எப்படித்தான் சாப்பிடுறதும் தூங்கு றதும் தெரியலே. ராத்திரி இதன் கண்ணைப் பார்த்தோம்னா பயமே வந்துவிடும்" என்று சொல்வாள். அவளுக்குப் பூனைகள் என்றால் பிடிக்காதுபோல. பிறகு பூனைகளுக்கென்று வாங்கும் பாலை வாங்கிக் கொள்வாள்.

டீச்சரின் கால்களை நக்கிக்கொண்டு ஒரு பூனை வாசல் வரை வந்துவிட்டது. டீச்சர் ஒரு லிட்டர் 400 மிலிக்குப் பால் கூப்பன் கொடுத்தார். பூனை வாலைத் தூக்கிக்கொண்டு, பால் காரர் சைக்கிளினருகே வந்தது. பூனையைப் பார்த்து, "இந்தா செல்வி வர்றா. அவகிட்டேச் சொல்றேன்" என்று டீச்சர் சத்த மாகச் சொன்னார். பூனை 'செல்வி' என்ற பெயரைக் கேட்டதும் வீட்டுக்குள் ஓடி ஈயத்தட்டு முன் கால்களை மடக்கி உட்கார்ந்து கொண்டது. தங்கம் சைக்கிளைத் திருப்பிக்கொண்டு அதன் மேலே ஏறி உட்கார்ந்தார். இறக்கத்தில் வண்டி காற்றுபோல நகர்ந்தது.

சன்னாசி டீக்கடை:

டீக்கடையில் கூட்டமாக இருந்தது. தங்கம் கடையின்முன் சைக்கிளை நிறுத்தியபோது, பண்ணை வண்டிகள் இரண்டு, மூன்று வடக்குப் பக்கமிருந்து வந்துகொண்டிருந்தன. சைக்கிளைப் பார்த்ததும், மணியைப் பலமாக ஆட்டினார். வடக்குப் பக்க மிருந்து வந்துகொண்டிருந்தவர்களும் பதிலுக்கு மணி அடிக்கத் தொடங்கினார்.

"ஏ மாமா."

"வாடா மாப்ளே."

சன்னாசி டீ டம்ளர்களைக் கழுவிக்கொண்டிருந்தார். பழநி, குடத்தில் கொண்டுவந்த நீரை சிமிண்ட் தொட்டியில் ஊற்றிக்கொண்டிருந்தான். ஊற்றிய நீர் நான்கு பக்கமும் சிந்தி யது. "சிந்தாமல் ஊத்து பழநி. தண்ணியெல்லாம் வீணாகுது." பால் ஊற்றுபவர் அவனைக் கேலி செய்தார். பழநி ஒன்றும் பேசாமல் வெறும் குடத்துடன் கடையைவிட்டுப் போனான். போகும்போது வாசலில் நின்றிருந்த பால் வண்டி மணியை, ஒவ்வொன்றாக ஆட்டியபடி போனான். கடைக்குள்ளிருந்த பால்காரர் "அடியேய் சும்மா போக முடியலையா" என்றார். பழநி, "அடியேய் சும்மா இருக்க முடியலையா" என்று பதிலுக்குச் சத்தம் போட்டான். சன்னாசி அண்ணே, அவன்தான் மெண்டலுன்னு தெரியுமில்லே. அவன்கிட்டே ஏன் வாயைக் குடுத்துப் புண்ணாக்குறீங்க" என்றார்.

மாவு போண்டா சூடாகத் தட்டில் இருந்தது. பால்காரர்கள் ஆளுக்கொன்றாக எடுத்துக் கொண்டார்கள். பால் பண்ணைக் குப் போவதற்குமுன் சன்னாசி டீக்கடையில் முப்பது நிமிடங்கள் நின்று, லைன் பால்காரர்கள் வந்தபிறகு மொத்தமாகச் செல்வார்கள்.

"அண்ணே பால் இருக்கா?" ஒரு பெண் வந்து கேட்டாள். 'பால்காரர்கள் யாரிடமும் பால் இல்லை. சிறிதுநேரம் நின்றால் வேறு யாராவது வருவார்கள்' என்று தங்கம் சொன்னார். அப்பெண் கடையில் காப்பி வாங்கிக்கொண்டு சென்று விட்டாள்.

"புற்றுல பால் ஊத்தப் போயிருந்தேன் மாப்ளே. அதான் லேட்" என்று பால்காரர் ஒருவர் தங்கத்திடம் சொல்லியபடி அமர்ந்து கொண்டார். பழநி அவருக்கு மாவு போண்டாவும் டீயும் தந்தான். "நம்ம வேணாமின்னாலும், சன்னாசி விட மாட்டாருபோல. தினமும் காலையும் சாயங்காலமும் அஞ்சு அஞ்சும் பத்து ரூபாய் மொய் வாங்காமல் விடமாட்டான்" என்று திட்டிக்கொண்டே வடையைப் பிய்த்தார்.

"சாயங்காலம் தண்ணியப் போடலாமுன்னு யோசனை."

"போய்யா வேண்டாம். போனவாரம் வீட்டில பெரிய்ய சண்டை. குடிச்சுட்டு வந்தே வீட்டுக்குள்ளாற நுழையதேன்னு சொல்லிட்டா"

"அடுத்த மாசம் பூபதி பாண்டியனுக்குக் கல்யாணம். பெரிய பார்ட்டி இருக்கு."

"அணைப் பிள்ளையார் கோவிலுக்குப் போயிடணும்."

"மட்டன் பிரியாணி வேண்டாப்பா. கோழி பிரியாணியும் மட்டன் சுக்காவும் செய்யச் சொல்வோம்."

"ஆமா... நீ செய்யுற ஐம்பத்தி ஒரு ரூவாய்க்கு இத்தனை வக்கனை செய்துதருவாங்க." தங்கம் எழுந்து டவுசரைத் தட்டி விட்டார். தெரு முனையில் ஒரு பெண் கைக்குழந்தையுடன் நடந்து செல்வதைப் பார்த்தார். அவருக்கு அதிகாலையில் தியேட்டர் சந்தில் பார்த்த பெண்ணின் ஞாபகம் வந்தது. பக்கத்திலிருந்த பெட்டிக் கடையில் சிகரெட் வாங்கிப் பற்ற வைத்துக் கொண்டார். புகையை இழுத்தார். தன் மகளும் இப்படித்தானே பெண் பிள்ளைகளைப் பெற்றுக்கொண்டு அவளது கணவனுடன் கஷ்டப்பட்டுக் கொண்டிருக்கிறாள் என்பதை நினைத்தபோது வேதனையாக இருந்தது. சைக்கிள் ஸ்டேன்டை எடுத்துவிட்டு உருட்டியபடி நடந்தார். சாக்கடையி லிருந்து எழுந்து நடுரோட்டில் நின்ற நாய் தனது உடலை உதறியது. சாக்கடைநீர் ரோடு முழுக்கத் தெறித்து விழுந்தது. டீக்கடைக்காரர் சூடான நீரை மொண்டு அதன் முகத்தில் ஊற்றினார். 'வீல்' என்று கத்தியபடி விழுந்தடித்து ஓடியது. தங்கம் சிகரெட்டைக் கீழேபோட்டுக் காலால் தேய்த்துவிட்டு சைக்கிளில் ஏறிக்கொண்டார்.

பிற்பகல் வேளை: பார்த்தசாரதி டாக்டர் வீடு.

தங்கம் டாக்டர் தன்னைப் புகார் செய்திடுவார் என்ற பயத்தில், பண்ணையில் கேனைக் கட்டியதும் சைக்கிளை எடுத்துக்கொண்டு நேராக அவரது வீட்டின் முன் நின்றார். டாக்டர் வீட்டு மெயின் கேட்டில் நாய் இல்லை. தபால் பெட்டியின் மேலே சிறுவர்கள் விளையாட்டாகக் காகிதங் களை திணித்து வைத்திருந்தார்கள். மணி அடித்தார். கேட்டைத் திறந்துகொண்டு வேலைக்காரம்மாதான் வந்தார். அந்தம்மா பால் கிண்ணத்துடன் வந்து நின்று, "ஏய்யா உன்னையே நான்கு மணிக்குத்தானே, வரச்சொன்னேன். சோத்தை எடுத்து வாயில் வைக்கிறேன். வந்து நின்று மணி ஆட்டுறே... திங்க உடுறியா? டாக்டர் வீட்டில் வேலை செய்யும் நேரம்தான் போரு. வேளை வேளைக்குச் சாப்பிட முடியலை." கோபமாகப் பேசியபடி பாலை வாங்கினாள்.

தங்கத்திற்குப் பிற்பகல் வெய்யிலில் நின்று கொண்டிருப் பதும் அந்தம்மா பேசியதும், எரிச்சல் எரிச்சலாக வந்தது. பாலை ஊற்றிவிட்டு, பதில் பேசாமல் சைக்கிளைத் திருப்பிக் கொண்டார். டாக்டர் வீட்டிற்கு அருகே டீக்கடை இருக்கிறது. டீக்கடைக்காரர், தங்கத்திடம் பிற்பகல் நேரத்தில் மூன்று லிட்டர் பால் வாங்கிக்கொள்வார். தங்கம் டீக்கடை முன்பாக நின்றார். ஏற்கனவே வேறொரு பால்காரரிடம் வாங்கிய பாலைத் தண்ணீர் ஊற்றி அடுப்பில் வைத்துக்கொண்டிருந் தார். டீக்கடைக்காரர் தங்கத்திடம் "ராசண்ணே, என்ன

இப்பவே வந்துட்டீங்க? நாலு மணிக்குமேலதானே வரு வீங்க... முன்கூட்டியே வருவீங்கன்னு எனக்கெப்படித் தெரியும். சரி, ஊத்துங்க. காலையில் வரும்போது பணம் தர்றேன்."

டீக்கடையில் சூடாக மசால் வடையும் உளுந்த வடையும் போட்டுத் தட்டில் வைத்திருந்தனர். தங்கம், எழுந்து கடைக் காரரிடம் கேட்காமலேயே சிகரெட் எடுத்துப் பற்றவைத்துக் கொண்டார். இரண்டு பால்காரர்கள் டீக்கடையைத் தாண்டி வேகமாகச் சென்றனர்.

அவர்கள் கடையைக் கடக்கும்போது மணி அடித்தனர். கடையின் மேல் காகங்கள் உட்கார்வதும் எழுந்து செல்வதுமாகச் சப்தமிட்டுக்கொண்டிருந்தன. பழைய பன்ரொட்டியை பிய்த்துப் பிய்த்துத் தகரத்தின் மேல் போட்டுக்கொண்டிருந்த பையன், வடையை எடுத்துத் தின்னத்தொடங்கினான். அவன் பிய்த்துத் தின்ற வடையின் மையத்தில் மாவு வெந்தும், வேகாமலும் அப்படியே இருந்தது. அந்தப் பையன் வடையைத் தின்னாமலே, டீக்கடையின் அடுப்படிக்குள் சென்றான். இரண்டு நாய்கள் ஒன்றை ஒன்று துரத்தியபடி கடையைக் கடந்து போயின. வெய்யில் முழுதாக மேற்குப் பக்கம் சாயத் தொடங்கியது.

பிற்பகல்: கமலம்மா டீச்சர் வீடு.

செல்வி பால் வாங்குவதற்கென வாசலில் நின்றாள். தங்கம் தாமரைப்பூவைப் பார்த்துக்கொண்டே மேட்டில் சைக் கிளை உருட்டிக் கொண்டு நடந்தார். செல்விக்கு தங்கத்தைப் பார்க்கும்பொழுது சிரிப்பு வந்துவிடும். அவள் வேண்டுமென்றே தங்கத்தின் டவுசரைத்தான் பார்ப்பாள். தங்கத்திற்கு வெட்கம் கூடி, கை தானாக மணியின் பக்கம் நகர்ந்துவிடும். பூனைகளின் கண்களைவிடச் செல்வியின் கண்களுக்குத்தான் பயந்தார். செல்வி வேண்டுமென்றே அவரைக் கிண்டல் செய்ய டவுசரையே பார்த்துக்கொண்டு, பால் கிண்ணத்தை நீட்டுவாள். பிறகு உழக்கிற்குத் தள்ளிக் கிண்ணத்தை நீட்டுவாள். கிண்ணத்திற்குப் பக்கம் உழக்கு வந்தால், அந்தப் பக்கமாக நகர்த்துவாள். தங்கத் திற்கு அவளுடன் விளையாடவும் கேலி பேசவும் ஆசையே இல்லை. தன் மகள் வயதுள்ள பெண்ணிடம் என்ன பேசி விளையாட முடியும்?

செல்வி அவரிடம் "சிரிச்சா என்ன வாயிலிருந்தா பாலு வருது" என்று கேலிசெய்தாள். செல்வி அவருக்குக் காப்பி போட்டுத் தருவதாகப் பலமுறை சொல்லியிருக்கிறாள். 'வேண் டாம்' என்று மறுத்துவிடுவார். தங்கம் பால் ஊற்றிவிட்டு, இறக்கத்தில் சைக்கிளில் செல்லும்போது, அவள் யாரிடமாவது சொல்வது அவரது காதுக்குக் கேட்கும். "எங்கப்பா மாதிரிக்கா.

மூணு பொம்பளப் பிள்ளைகளைக் கல்யாணம் செய்துதந்த பிறகும், இந்த வயசுல அலையுறாரில்ல . . . எங்கய்யா டீக்கடைக் குப் போயி டீ அடிக்கிறாரு . . . இவரு பால் ஊத்த வீட்டு வீட்டுக்காப் போறாருக்கா பாவம் . . .” செல்வி பேசுவது, கிழக்குப் பக்கம் விழும் தங்கத்தின் நிழல்போல அவருடன் வந்துகொண்டே இருந்தது.

பிறபகல்: வாசவி ஸ்டோர் எதிர்சந்து (முதல் நான்கு வீடுகள் மட்டும்)

தங்கம் மணி அடித்தார். “ராசா பாலு”. முதல் வீட்டுக்காரப் பெண், பால் கிண்ணத்துடன் வாசலுக்கு வந்தாள். தலை நிறைய்ய பூவும் பவுடர் பூசிய முகமுமாகக் கிண்ணத்தை நீட்டினாள். அவள் தங்கத்திடம், “அண்ணே இரண்டு நாளைக்குப் பால் வேணாம் . . . நாங்க ஊருக்குப் போறோம்” என்றாள். தங்கம் அடுத்த வீட்டுக்கு சைக்கிளை நகர்த்தினார். வசந்தாவும் அவளது அம்மாவும் வேகமாக எழுந்து வாசலுக்கு வந்தார்கள்.

“ஏய்யா பால்காரரே, பால் ஊத்துற வேலையை மட்டும் செய்யுங்க . . . ஏய்யா எங்க பேச்செல்லாம், பக்கத்து வீட்டில் போய்ச் சொல்றீங்க?” என்று வசந்தாவின் அம்மா திட்டினாள்.

அவர்கள் பேசுவதற்காகவே காத்திருந்தது போல, அடுத்த வீட்டுக்காரி சேலையைத் தூக்கிக்கட்டிக் கொண்டு சைக்கிளைத் தள்ளிவிடுவதுபோல வந்து பேசினாள். தங்கத்திற்குப் பயம் வந்துவிட்டது. பக்கத்து வீடுகளிலிருந்தவர்கள் எல்லோரும் தெருவில் நின்று வேடிக்கை பார்த்தனர். தங்கத்தை வைத்து அப்பெண்கள் சண்டை போட்டுக்கொண்டிருந்தனர். நேற்று நடந்தது, அதற்கு முந்திய நாட்களில் பேசியது என வசந்தா வரிசையாகச் சொல்லி சண்டை போட்டாள். அவர்களைக் கடந்து அடுத்த வீட்டிற்குப் பால் ஊற்றச் சென்றார் தங்கம்.

மூன்றாவது வீட்டுப் பெண் ஒன்றும் பேசாமல், பால் வாங்கிக்கொண்டு வீட்டுக்குள் சென்றுவிட்டாள். தெருவில் யாரும் பால்காரருடன் பேசவில்லை. தெருவில் வழக்கமாக வாசலில் அமர்ந்து பேசுபவர்கள்கூடச் சண்டை வந்ததும் வீட்டிற்குள் சென்றுவிட்டனர். தெருவில் கடைசி வீட்டில் வெள்ளைச் சட்டை போட்ட பால்காரர் பால் ஊற்றிவிட்டு மணி அடித்தார். தங்கம் தன்னைக் கடந்துசென்ற பால்காரரிடம் ‘நம்ம தலையெழுத்து’ என்று சொல்லியபடி மணியடித்தார். தெருவைவிட்டு, வாசவி ஸ்டோர் பக்கம் வந்தார். கடையில் வியாபாரம் நடந்துகொண்டிருந்தது. வாசவி ஸ்டோரின் இரும்புக் கதவை ஆட்கள் சரிசெய்து கொண்டிருந்தார்கள். இரும்புக் கதவு இழுபடும் சத்தம் பிறபகல் வேளையில் கொடூர சப்தமாகக் கேட்டது.

பிற்பகல்: பொன்னம்பலம் தெரு (முதல் வீட்டிலிருந்து கடைசி வீடு வரை)

தெருவுக்குள் நுழைந்தபோது, மூன்றாவது வீட்டின் வாசலில் கூட்டமாக ஆட்கள் நின்றிருந்தார்கள். ஆட்டோக்காரர் வண்டியைத் திருப்பி நிறுத்தப் பின்பக்கமாக உருட்டிக்கொண்டிருந்தார். அழுகை சப்தம் தெருவரை கேட்டது. வீட்டிற்குள்ளிருந்த பெண் ஆட்டோக்காரரை அழைத்தாள். ஆட்டோக்காரன் உள்ளே சென்றவன், திரும்பவும் வந்து "பால்காரண்ணே, வாங்கண்ணே. ஒரு நிமிஷம் உள்ளாற வாங்கண்ணே" என்றான். ஆட்டோவைக் கடந்து இரண்டு பசுமாடுகள் நடந்து வந்துகொண்டிருந்தன. மாடு பால் வண்டியைத் தள்ளிவிட்டுப் போவதில் எல்லா நேரமும் நோக்கமாக இருக்கும். பால்கேன் அதற்கு எதிரிபோல. பக்கத்தில் நின்று லேசாக ஒரு இடி இடிக்கும். கேன் குழாயில் அடி விழ சைக்கிள் விழுந்துவிடும். கேன் குழாய் உள்ளே அமுங்கி யாருக்கும் பால் ஊற்ற முடியாமல், போய் ஒர்க் ஷாப்பிற்குச் சென்று வர ஒருநாள் கழிந்துவிடும். மாடு கடக்கும்வரை சைக்கிளைக் கைக்குழந்தையை வைத்திருப்பதுபோலப் பிடித்திருந்தார் தங்கம். ஆட்டோக்காரன் வெளியே வந்து, "அண்ணே வாங்க ஒரு அவசரத்திற்கு உதவுங்கள். பாட்டியைத் தூக்கி ஆட்டோவில் உட்கார வைக்கணும்" என்றான். மூன்றாவது வீட்டுப் பாட்டிக்குப் பேச்சுமூச்சு இல்லாமல் நெஞ்சு அடைத்துவிட்டது என்று தெருவில் சொன்னார்கள். வேறு ஆட்கள் யாருமில்லை. ஆட்டோவை ஒட்டி சைக்கிளை நிறுத்திவிட்டு வீட்டுக்குள் சென்றார்.

எண்பது வயதான பாட்டியின் உடல் ஜில்லென்றிருந்தது. ஆட்டோக்காரனுடன் தங்கம் பாட்டியைத் தூக்கினார். ஆட்டோவில் ஏற்றி உட்கார வைத்தார்கள். சைக்கிள் கீழே விழுகின்ற சப்தம் ஆட்டோவிற்குள் கேட்டபோது, பாட்டியின் கழுத்து நிற்காமல் 'கொழக்' என்று சாய்ந்தது. பாட்டியின் தலை சாய்ந்ததற்கு கேன் விழுந்த சத்தம் சரியாகப் பொருந்தியது. தங்கம் தரையில் சிந்திக்கிடக்கும் பாலை நாய் நக்கிக்கொண்டிருப்பதைப் பார்த்தபடி நின்றார்.

12

ருசி பேதம்

பட்டம்மாளின் மகளுக்கு நிறைய பெயர் இருந்தது. 'குண்டோதரி', 'சாப்பாட்டு ராணி' என்னும் பட்டப் பெயர்களுக்கெல்லாம் அம்மாவிற்கும் மகளுக்கும் அர்த்தம் தெரியும். இப்போது புதிதாக 'பாயாசம்' என்னும் பெயரில் அழைப்பதை அவர்களால் புரிந்துகொள்ள முடியவில்லை. பட்டம்மாள் தன் மகளுக்குத் தங்கமுத்து என்று பெயர் வைத்திருந்தாள். தன் குடும்பத்தில் இப்படிப் பெருந்தீனிக் காரர்கள் யாருமில்லை என்று கவலைப்பட்டுக்கொண் டிருந்தபோதுதான் தஙகமுத்துவின் பெயர் 'குண்டுமுத்து' வாக மாறியது. குண்டுமுத்துவும் கொஞ்சநாளில் மாறிக் 'குண்டோதரி', பிறகு 'சாப்பாட்டு ராணி' கடைசியாக இப்போது 'பாயாசம்'. இன்னும் என்னென்ன பட்டப் பெயர்களெல்லாம் தன் மகளுக்கு வைக்கப்போகிறார் களோ . . . எனப் பட்டம்மாள் கவலை கொண்டாள்.

தங்கமுத்து எதைப் பற்றியும் கவலை கொள்ளாத வளாகத்தான் இருந்தாள். வயிற்றுப் பசி அடங்காமல் சதாபொழுதும் இயந்திரத்தைப்போலப் பண்டங்களை அரைத்து உள்ளே தள்ளிக்கொண்டிருந்தாள். பாவாடை சட்டைகளை இரண்டு மாதத்திற்கொருமுறை, உள் தையலைப் பிரித்துவிட்டு அணிந்துகொண்டாள். அப்படி யிருந்தும் சட்டையின் தையல் பிடுங்கிக்கொள்வதுபோல, இறுக்கமாக இருந்தது. அம்மாவின் சட்டையே மகளுக்கும் பொருந்திச் சரியாக இருந்தது. பட்டம்மாள் தன் பழைய சட்டைகளையெல்லாம், குங்குமம் ஜவுளிக்கடை தையல் காரரிடம் தந்து சரிசெய்யச் சொன்னாள். மறு தையல், ஊக்குக் கட்டுவது, போனது வந்தது என்று பார்த்த பிறகு, சட்டைக்குப் புது அம்சம் வந்துவிட்டது.

தங்கமுத்து வெறும் சட்டையும் பாவாடையும் போட்டுக்கொண்டு காய்கறி வாங்க மார்க்கெட்டிற்குப் போவாள். குண்டாத்தியுடன் பேசுவதற்கும் கிண்டல்

செய்து ரகளை கட்டவும் கூட்டமே இருக்கும். எவ்வளவு எடக்குப் பேசினாலும் நின்று பதில் சொல்லிவிட்டுத்தான் தங்கமுத்து போவாள்.

"தங்கமுத்து, காலையில் என்ன சாப்பிட்டே? ..." வாழை இலை கடைக்காரர் கேட்பார்.

"12 இட்டிலி, 2 மாவுவடை, 2 மசால்வடை காய்கறி வாங்கித் தந்துவிட்டு ஊத்தாப்பம் சாப்பிடணும்" என்பாள்.

பலசரக்குக்கடை மாணிக்கம், "இப்படி உங்கம்மா இட்டிலி சுட்டுச் சம்பாதிக்கிறதை எல்லாம் தின்னே தீத்திட்டியின்னா எப்படிப் கல்யாணத்துக்குக் காசு சேர்க்கிறது? ..."

"எங்க மாமா மகன் சுந்தரபாண்டியன் ஒத்தக்கால்ல நிக்கிறான். கட்டினாத் தங்கத்தைத்தான் கட்டிக்குவேன், இல் லைன்னா கல்யாணமே செய்ய மாட்டேன் அப்படின்னு சொல்லிட்டான்."

மாணிக்கத்திற்கு இப்படித்தான் பதில் சொல்வாள் என்று தெரியும். அவர் இரண்டு நாட்களுக்கு ஒரு முறையாவது இந்தக் கேள்வியைக் கேட்பதை வழக்கமாக வைத்திருக்கிறார். எந்த நேரத்தில் கேட்டாலும் தங்கமுத்து இந்தப் பதிலைத்தான் சொல்வாள். பட்டம்மாளின் தம்பி மகன், பாண்டியன் 'அன்ன லெட்சுமி' மெஸ்ஸில் வேலை பார்த்தான். அந்த மெஸ்ஸில் வெள்ளிக்கிழமை தவிர்த்துப் பிற தினங்களில் அயிரை மீன் குழம்பு செய்வார்கள். அயிரை மீன் குழம்பும் இட்டிலியும் சாப்பிட வேண்டுமெனத் தங்கத்திற்கு நீண்டநாள் விருப்பமாக இருந்தது. பாண்டியனிடம் ஒருநாள் கேட்டுவிட்டாள். "மாமா, அயிரை மீன் குழம்பு வேண்டும்." சரி என்று ஒரு குழம்பு பார் சல் வாங்கிக்கொண்டு வந்து தந்தான். அவன் வாங்கிக்கொண்டு வந்த தூக்குவாளியின் கீழே தூரில் ஒட்டிக்கொண்டிருந்தது பார்சல் மீன்குழம்பு.

இரண்டு இட்டிலிக்குக்கூட முழுசாக வரவில்லை. தூக்கு வாளியில் கரண்டி கிண்டும் சத்தம் கேட்டது. வீடு முழுக்க மீன் வாசனை. தங்கம் ஏமாந்தவளாக விரல்களை நக்கினாள். பாண்டியன் தூக்குவாளி கடைக்காரர்களுடையது எனக் கழுவிக் கொண்டு மெஸ்ஸிற்குப் போனான். அன்றுதான் தங்கமுத்து சாப்பிடுவதைப் பாண்டியன் பார்த்தான். அயிரை மீன் குழம்பை, முழுச் சாப்பாடு அளவு ஊற்றிப் பிசைந்து சாப்பிட்டுப் பழகிய வன். சின்னலட்டை வாயில் போட்டதுபோல மீன் குழம்பைத் தின்றுவிட்டு, போதாமல் தூக்குவாளியை வழித்துக் கொண்ட தோடு, மேலும் இட்டிலிகளை வைத்து வீட்டிலிருந்த சாம்பார் சட்டினியை எல்லாம் போட்டுத் தின்னத்தொடங்கிவிட்டாளே

என்று பயந்துவிட்டான். அவள் சாப்பிட்ட வேகத்திலும், பாண்டியன் கடைக்குக் கிளம்பும் அவசரத்திலும் இருந்ததால், எத்தனை இட்டிலி என்று எண்ணி முடியவில்லை.

பாண்டியன் சென்ற பிறகு, தான் சாப்பிட்ட தட்டுகளையும் பிற பாத்திரங்களையும் கழுவ எடுத்துப்போட்டுத் தேய்க்க ஆரம்பித்தாள். மீன் குழம்பு சாப்பிட்டது அவளுக்குத் திருப்தியாக இல்லை. குழம்பின் வாசனை சாப்பிட்ட தட்டில் இன்னமும் இருந்தது. தட்டைச் சாம்பல் வைத்துத் தேய்த்துக் கழுவினாள். கழுவியதை வெய்யிலில் காய வைத்தாள். தட்டின்மேல் வெய்யில் பட்டு, வீட்டிற்குள் வெளிச்சம் ஊடுறுவியது. அவளுக்குக் கண் கள் கூசியது. இரண்டு காகங்கள் வந்து தண்ணீர்த் தொட்டியின் மேல் உட்கார்ந்துகொண்டு அவளைப் பார்த்தது. வழக்கமாக வரும் காகங்கள்தான். தொட்டி நீரில் தாகத்திற்கு நீர் குடித்து விட்டுப் போய்விடும். மீன் வாசத்திற்குக் காகமும் தொட்டிமேல் உட்கார்ந்தபடியே வாசனை நுகர்ந்தபடி இருந்தது.

தங்கத்திற்கு மீன் குழம்பின் ருசி, கருணைக்கிழங்கு குழம்பு, வெந்தயக் குழம்பு, வெள்ளப்பூடு குழம்பு போலத்தான் இருந்தது. ஆனால் மீனின் ருசிதான் இந்தக் குழம்புகளில் இருந்து வித்தி யாசம் காட்டியது. அவள் தொடர்ந்து சாப்பிடும்பொழுது ஒவ்வொரு பதார்த்தங்களின் ருசியையும் ஆராய்பவளாக அவளை யும் அறியாது மாறத்தொடங்கினாள். தான் இன்னும் சில வருடங்களில் எல்லாக் காய்கறிகளையும் பச்சையாகவே சாப் பிடப் போகிறோம் என்பதை அப்போதுகூட அவள் அறிந்திருக்க வில்லை.

தங்கமுத்துவிற்கும் சுந்தரபாண்டியனுக்கும் திருமணம் நடந்து முடிந்தபோது அவள 18 வருடங்களை முழுமையாகக் கடந்திருந்தாள். அன்றுதான் அம்மாவிற்கும் மகளிற்கும் 'பாயா சம்' என்றால் என்ன அர்த்தம் என்று தெரிய வந்தது. தங்கமும் புதுமாப்பிள்ளையும் பந்தி வரிசையில் உட்கார்ந்து சாப்பிட்டுக் கொண்டிருந்தனர். அவர்களுக்கு எதிர்வரிசையில் பட்டம்மாள், அவளது தம்பி மற்றும் உறவினர்களும் உட்கார்ந்து சிரித்துப் பேசிச் சாப்பிட்டுக்கொண்டிருந்தனர். ரசம் முடிந்து மோர் வந்தது. மோருக்கு முன்னால் பாயாசம் சாப்பிட்டுவிட்டுப் பிறகு மோர் ஊற்றிக்கொள்ளலாமெனப் பெரியவர்கள் சொன் னார்கள்.

பாயாச வாளி கைமாறி வரத் தாமதம் ஆனது. கடைசிப் பந்தி வேறு. கடத்தியும் ஒளித்தும் சமையல்காரர்கள் வைத்திருந்த பாயாசம்தான் கெட்டியாக அரை வாளியாக வந்தது. அதற்குள் தங்கம் அவசரப்பட்டு, சாப்பிடுகிற சந்தோசத்தில் தன்னை மறந்து "பாயாசம், பாயாசம்" என்று கத்திவிட்டாள். 'புதுப்

பொண்ணு இப்படி மாலையும் கழுத்துமாக உட்கார்ந்துகொண்டு கத்துகிறாளே ...' என்று பட்டம்மாள் கவலைப்பட்டபோது தான் தன் மகளுக்குப் 'பாயாசம்' என்ற பெயர்க் காரணத்தை அவளால் அறிய முடிந்தது. பட்டம்மாள் தன் பக்கத்து வீட்டுக் கல்யாணத்திற்குத் தெருவில் உள்ள பெண்களுடன் போனபோது தான் தங்கமுத்து இதே மாதிரி 'பாயாசம், பாயாசம்' என்று கத்தியதை நினைத்துக்கொண்டாள்.

தங்கத்தின் மனதில் பண்டங்களின் ருசி அறியும் ஆசை வெறியாக உருமாறி இருந்தது. பெருந்தீனியை அவள் விலக்கி யிருக்கவில்லை. சுந்தரபாண்டியன் பயந்து பயந்துதான் பதார்த்தங் களை வாங்கிப் போட்டான். அவள் ஒரு கிலோ எள்ளுருண்டை களையும் கொஞ்ச நேரத்தில் தின்றுவிட்டு, இவ்வளவு தானா ... இன்னும் இருக்கிறதா? ... என்பதுபோலப் பார்த்தாள். பாண்டி யன் இரண்டு மூன்று உருண்டைகளைத் தின்றுவிட்டு அமைதி யாக உட்கார்ந்திருந்தான். அவள் அவனிடம், "லட்டு உருண்டை, பால்குழக்கட்டை உருண்டை, எள்ளுருண்டை இந்த மூணும் உருண்டையாத்தானே மாமா இருக்கு. ஆனா மூனுக்கும் வேற வேற ருசியாப் போச்சு மாமா ..." என்று சொல்லிச் சிரித்தாள்.

சுந்தரபாண்டியனுக்கு ஒன்றும் புரியவில்லை. ஏதோ தின்னிப் பண்டாரம் புலம்புகிறாள் என்று விட்டுவிட்டான். ஆனால் அவள் தொடர்ந்து பதார்த்தங்களின் ருசியை வேறுபடுத் திப் பார்ப்பதுமாக நடமாடத் தொடங்கினாள். அவள் பின்பாக வரும் நிழலைப் போலிருந்தது அவளுள் வளர்ந்திருந்த ருசி அறியும் வெறி. சுந்தரபாண்டியனுக்குக் கோபமும் பயமும் வீட்டிற்குள் நுழையும்பொழுது ஆரம்பமாகிவிடும். அன்ன லெட்சுமி மெஸ்ஸில் சப்ளையராக இருந்தவனுக்கு உணவுப் பண்டங்களைப் பார்க்கும் பொழுதெல்லாம் கோபமும் அரு வெறுப்பும் அதிகமாகும். வாழை இலையில் மீதி உணவுகளோடு தொட்டியில் தூக்கி எறியும்போது குமட்டிக்கொண்டு வந்து விடும். மெஸ்ஸில் சாப்பிடவென உட்காருபவர்களின் ஆசை களையும் தேவைகளையும் உடனே கண்டுபிடித்து விடுவான்.

வெளியூரிலிருந்துதான் அதிகமான நபர்கள் மெஸ்ஸிற்கு வந்தார்கள். ரசமும் மோரும் வாங்கிக்கொள்ளாமல் குழம்பிலேயே முழுச் சாப்பாட்டையும் தின்று முடித்து, ஒரு டம்ளர் மோர் குடித்துவிட்டு வெளியேறுபவர்கள், சப்ளையர்களுக்குக் காசு தருவார்கள். குடிதண்ணீர் அண்டாவில் எண்ணெய் மிதக்கும். நாய்கள் மெஸ்ஸிலிருந்து வெளியே கொட்டப்படும் வாழை இலைகளுக்குக் காத்துக் கிடக்கும். மூங்கில் கூடையில் கசங்கிய வாழை இலைகளை அள்ளிப்போட்டுக் கொட்டிவிட, தூக்கிக்

கொண்டு போனபோது, கூடையிலிருந்த ஓட்டையின் வழியே நீர் மூன்று கோடுகளாக வடிந்து அவனுக்கு முன்பாகச் சென்றது. நாய்கள் அவனை துரத்திவிட்டு இலைகளின் மேல் சண்டையிடத் தொடங்கின. அதன் சப்தத்தை அவனால் தாங்கிக் கொள்ள முடியவில்லை. போன தடவை கொட்டப் போகும் போது நாய் ஒன்று பாண்டி மேல் ஏறித் தொடையைப் பிறாண்டி விட்டது. அதற்குப் பிறகுதான் பாண்டி கூடையிலிருந்து கொட்டு கிற மாதிரி பாவனை காட்டிவிட்டு வேறொரு இடத்தில் கொட்டிவிட்டுத் திரும்பிக்கூடப் பார்க்காமல் வந்து விடுவான். நாய்களின் கூட்டம் அதிகமாக இருக்கும் பொழுது ஓடியே வந்துவிடுவான்.

வெளியூரிலிருந்து வந்த சாமியார் மாதிரி இருந்தவர் மெஸ்ஸில் சாப்பிட்டுக்கொண்டிருக்கும்போது, பெருந்தீனிக்காரர் களைப் பற்றிய விசயத்தைச் சொன்னார். இதற்கு முன் மெஸ் ஸிற்கு வந்திருக்கிறதா என்று தெரியவில்லை. ஆனால் எல்லா சப்ளையர்களையும் பெயர் சொல்லியே அழைத்தது. சுந்தர பாண்டியைப் பெயர் சொல்லி அழைத்து, சாதத்திற்கு ரசம் கேட்டது. மூன்று தூக்கு செல்வத்திடம் இருந்தது. ஆனால் சுந்தரபாண்டியனிடம்தான் சாமி ரசம் கேட்டு வாங்கிக் குடித்தது. செல்வமும் பாண்டியும் பக்கத்துப் பக்கத்தில் நின்று சாமியார் தின்பதைப் பார்த்துக்கொண்டிருந்தார்கள். எவ்வளவு அழகு! மீன் தொட்டியில் மீன் மெதுவாக நீந்துவது மாதிரிச் சாமியாரின் விரல்கள் சாதத்திற்குள் மெதுவாகப் பிசைந்து எடுத்துக்கொண் டன. சாமியார் இருவரிடமும், “சாப்பிடுறதும் சம்போகம் பண்றதும் ஒண்ணுண்ணு மனதில் வைச்சுக்கோ, நம்ம முன் னாடி இலையில, தட்டில, இருக்கிற சாப்பாடு நமக்குச் சொந்தம். அவசரப்படாம, நிதானமாகச் சாப்பிடணும். அதேமாதிரிதான் பொம்பளக்கிட்டே. நிதானமா இருந்தா எதுக்கு சீக்கு வர்றது. மோர் விடு பாண்டி” என்றார்.

சுந்தரபாண்டி எப்படித் தன்னுடைய பெயரைச் சொல்கி றார் என்று நினைத்துக்கொண்டிருந்தவன் சாப்பிட்டு முடித்த துமே கேட்டுவிட்டான். அவர் பதிலுக்கு, “எல்லாரையும் பெயர் சொல்லித்தான் கூப்பிட்டேன். சாமியார் பயல் கூப்பிட் டான் என்று விட்டுவிட்டார்கள். ஆனால் நீ மட்டும் ஏன்னு கேட்கிறயே. நீயும் விட்டுற வேண்டியதுதானே” என்றார். “அவன் சும்மாதான் கேட்கிறேன்” என்றான். பிறகு அவனாகத்தான் “சாமி எங்க வீட்டில பொம்பளக்கி ஒரு மாதிரி இருக்கு. மூணு ஆளு, நாலு ஆளு சாப்பாட்டை ஒருத்தியாத் தின்னுட்டுப் போதலை போதலைன்னு திங்குறதில வெறியா இருக்கா. எனக்குப் பயமா இருக்கு” என்றான்.

சாமியும் “பேய் பிசாசு மாதிரித் தெரியுது. எல்லாப் பேய் பிசாசும் ஒரே மாதிரி உள்ளுக்குள்ளபோய் வேலைசெய் யாது. ஒண்ணு உள்ளுக்குள்ள போய், தின்னுக்கிட்டே இருக்கும். சிலது தலைசீவிப் பொட்டு வைச்சுக்கிட்டே இருக்கும். சிலது சேலையை அவுத்துப் போட்டு, அவுத்துப் போட்டு புதுசு புதுசாகக் சேலை கட்டிக்கிட்டே இருக்கும். நீ உன்னோட பொண்டாட்டி உச்சித் தலைமுடியைக் கொஞ்சம் எடுத்துக் கிட்டுவா, அதை வெச்சு பூஜை போட்டால் போதும் பூதமாவது பிசாசாவது ... பிச்சுக்கிட்டு ஓடிரும்” என்றார்.

பாண்டியும் ‘சரி’ என்றான். சாமி “நூறு ரூபாய் காணிக்கை தரணும். எனக்கில்லை. காளி பூஜைக்குச் சாமிக்கு வேண்டியது வாங்கணும். கோழி எல்லாம் அறுத்து ரத்தம் விடணும்” என்று சொல்லிவிட்டுப் போய்விட்டார். தங்கமுத்து தூங்கிய நேரம் எப்படியோ கொஞ்சம் உச்சி முடியை பிளேடில் அறுத்து காகிதத்தில் பொட்டலம் கட்டி வைத்திருந்தான். சாமி சனிக் கிழமை வந்தார். முழுச்சாப்பாட்டிற்கு டோக்கன் வாங்கி நாற்காலியில் அமர்ந்துகொண்டார். சுந்தரபாண்டி இலை போடவும் தண்ணீர் வைப்பதுமாக அவருக்கு சப்ளை செய்யத் தொடங்கினான். சாமிக்கு மீன் குழம்பு ஊற்றினான். இரண்டு மண்டைகளை எடுத்துப் போட்டான். அமைதியாகச் சாப்பிட்டுக் கொண்டிருந்தவர் ஞாபகம் வந்ததுபோல, பாண்டியிடம் ரகசிய மாக “நான் சொன்னதை ரெடி செய்துட்டியா” என்று கேட்டார். “ஆமாம் ரெடியாக இருக்கு” என்று மேல் பாக்கெட்டைத் தொட்டுக் காட்டினான்.

சாமி சாப்பாடு முடித்துக்கொண்டு எழுந்தார். பாண்டி யன் கை கழுவும் இடத்தில் ரகசியமாகக் காகிதத்தில் பொட்டல மாக மடக்கி வைத்திருக்கும் முடியை எடுத்துத் தந்தான். தனது வேட்டி நுனியில் கைகளைத் துடைத்துக்கொண்டே பொட்டலத்தையும் நூறு ரூபாய்க் காணிக்கையையும் வாங்கி வைத்துக்கொண்டு, சிறிய பொட்டலம் ஒன்றைத் தந்தார். “தினமும் ராத்திரி ராத்திரி பூசிக்க, ஒரு வருஷத்துல நீ ஹோட்டல் முதலாளி ஆகிடுவே. எல்லாம் சரியாகப் போயிடும்” என்றார்.

சாமியார் போனதும் சப்ளையர் மாணிக்கம் வந்து, பாண்டியனிடம் “எவ்வளவு ரூபாய் கொடுத்தே” என்று காதோடு கேட்டான். பாண்டியும் “இல்லேண்ண சும்மா சில்லறை கொடுத் தாரு சாமி” என்று பேச்சை மாற்றச் செய்தான். “போடா, போடா எனக்குத் தெரியும்டா” என்றவர் தன் மகளுக்குத் திருமணம் முடிக்க வேண்டுமெனத் தலைமுடியும் நூறு ரூபாயும் தந்து ஏமாந்ததைப் பற்றிச் சொன்னார். அதனால்தான், தான் இந்தக் கேடி வரும்பொழுது சப்ளை செய்வதில்லை என்று

சொல்லிவிட்டு "நீ வேணா பாரு இன்னும் இரண்டு மூணு மாசம் வரவேமாட்டான். அப்புறம் வந்து காளி பூஜை முடிச்சுட்டு நேராக இங்கதான் வர்றேன், இன்னும் 100 ரூபாய் வேணும் என்பான்" என்றார். நூறு ரூபாய் இழந்த வேதனையில் இரவு வீட்டிற்குச் சென்றான்.

தங்கமுத்து இரவு இட்டிலி அவித்து வைத்திருந்தாள். தொட்டுக்கொள்ளத் தேங்காய்ச் சட்டினிக்குப் பதிலாகத் தட்டு நிறைய தேங்காய்ச் சில்லுகளையும் பொரிகடலை, பச்சை மிளகாய், பெருங்காயம், வெள்ளைப் பூடு நான்குபல்லு, இரண்டு வெங்காயம், கருவேப்பிலை எனத் தனித்தனியாக வைத்திருந்தாள். சுந்தரபாண்டியன் 'சட்டினிக்கு அரைக்கலயா' என்று கேட்டான்.

தங்கமுத்து, "இதெல்லாம் ஒன்று சேர்ந்தாத்தானே சட்டினி, தனித்தனியாகத் தின்னா வேறவேற பதார்த்தமில்லே" என்றாள்.

"இப்ப அதுக்கென்ன. நீ ஏன் சட்டினி அரைக்கலே."

"இப்படியே தனித்தனியே சாப்பிட்டுத்தான் பார்க்கலாமே" என்றாள்.

நூறு ரூபாய் இழந்துவிட்ட வேதனையில் இருந்தவனுக்கு மேலும் கோபம் வந்துவிட்டது. சாப்பிட உட்கார்ந்தவன் வேகமாக எழுந்து சட்டினி அரைக்க முயன்றான். அன்னலெட்சுமி மெஸ்ஸில் ஆட்டுரலில் சட்டினிக்குப் போட்டு ஆட்டியிருக்கிறான். ஆனால் அம்மியில் இழுத்து இழுத்து அரைப்பது எப்படி என்று தெரியவில்லை. அரைத்தும் அரைபடாமலுமாக வழித்துக் கிண்ணத்தில் போட்டு உப்புக்கல்லையும் தண்ணீரையும் சேர்த்துக் கலக்கினான். தாளிப்பது எப்படி என்று அவனுக்குத் தெரியவில்லை. 'தாளிச்சுக் குடுடி' என்று திரும்பிப் பார்த்து தங்கத்திடம் கேட்டான். அவள் பூ தொடுப்பதுபோல, விரல்களில் இட்டிலியைப் பிய்த்து தனித்தனியாக இருந்த தேங்காய் சில், மிளகாய், பெருங்காயம், என ஒவ்வொன்றிலும் தொட்டுத் தொட்டுத் தின்றாள். அவள் சாப்பிடுவதைப் பார்ப்பதற்கு அழகாகயிருந்தது. அவள் விரல்கள் உதிரிப்பூக்களை எடுத்துத் தொடுப்பது போன்ற கவனத்திலும் மென்மையிலும் இருந்தது.

தங்கமுத்து, அவன் சொல்வதைக் காதில் கேட்பவளாக இல்லை. இட்டிலியைத் தின்பதில் லயித்திருந்தாள். இட்டிலி தின்பதற்கு முன்போல வேகமும் அவசரமும் காட்டவில்லை. பாண்டியன் சட்டினியைத் தாளிக்காமலே சாப்பிடலாமென உட்கார்ந்தான். தட்டு நிறைய இட்டிலி இருந்தது. எப்போதும் நான்கு இட்டிலிக்கு மேல் அவன் சாப்பிட்டதே இல்லை. சட்டினியும் இட்டிலியும் அப்படியே இருந்தது. நான்கு இட்டி

லிக்கு எதற்கு இவ்வளவு சட்டினி?... என வருத்தியவனாக சாப்பிடத் தொடங்கினான். இட்டிலியைச் சாப்பிடவே அவனுக்குப் பிடிக்கவில்லை. சட்டினியில் உப்புப் போடாமல் சப்பென்று நீராக இருந்தது. உப்பு சரிதான், நீரைத்தான் அதிகமாக ஊற்றி விட்டோம் என்று இட்டிலியைப் பிரித்துச் சட்டினியை ஊற்றித் தின்றான்.

தங்கமுத்து இரண்டு இட்டிலியைத் தின்றுவிட்டு எழுந்து கொண்டாள். தட்டைக் கழுவி வைக்க வேண்டுமென எடுத்துப் போட்டாள். அம்மிக்கல்லைச் சுற்றிப் பொரிகடலையும் தேங்காய்ச் சில்லுமாகச் சிதறிக் கிடந்தது. சுத்தமாகக் கழுவிவிட்டு அம்மிக்கல்லில் ஒட்டியிருந்ததை விரலில் தடவி நக்கினாள். "அடுத்த தடவை தேங்காய் கொஞ்சம் குறைச்சுக்கணும்" என்று அவளாகப் பேசியவளாகப் பாண்டியைக் கடந்து சென்றாள். பாண்டி சட்டினியை ஊற்றிக் கொண்டான். அவனுக்கு ருசி ஏதும் தெரியவில்லை. இருந்தபோதிலும் அப்போதிருந்த பசிக்கும் கோபத்திற்கும் தன் முன்னிருந்த அத்தனை இட்டிலிகளையும் தின்றான். வேகவேகமாகப் பிய்த்து விழுங்கினான். கோபத்தில் எத்தனை இட்டிலி சாப்பிட்டோம் என்றே அவனுக்குத் தெரியவில்லை. இட்டிலி முழுவதையும் தின்றுவிட்டான். மீதமிருந்த சட்டினியைக்கூட கோபத்தில் வெறி கொண்டு குடித்தான். தங்கம் அவனைப் பார்த்துப் பயந்தவளாகப் படுத்துக்கொண்டாள்.

இரவில் அவனுக்குத் தூக்கம் வரவில்லை. சட்டினியைப் பற்றியே நினைத்துக்கொண்டிருந்தான். சட்டினியை ருசியாக வைப்பதற்குப் பழக வேண்டுமென விரும்பினான். மெஸ்ஸில் ஆட்டுரலில் ஆட்டப்படும் சட்டினி ருசியாக இருக்கிறதே அது எப்படி? என்று மாஸ்டரிடம் கேட்க வேண்டுமென நினைத்தான். அந்த இரவு முழுக்க அவன் சட்டினி வைப்பதில் என்ன செய்ய வேண்டுமென்று யோசித்தபடி இருந்தான்.

காலையில் மெஸ்ஸிற்குப் போனதும் மாஸ்டரிடம் தேங்காய்ச் சட்டினி வைப்பது பற்றித் தன்னுடைய சந்தேகங்களைக் கேட்டான். மாஸ்டரும் சில விளக்கங்கள் சொன்னார். மெஸ்ஸில் காலை டிபன் முடிந்து குளிப்பதற்கென வீட்டிற்கு வந்தான். தங்கம் கத்திரிக்காயை நறுக்கிக்கொண்டிருந்தாள். தட்டில் வற்றல், மசால்பொடி, சீரகம், வெந்தயம், முழு தக்காளி மூன்று என்று தனித்தனியாக இருந்தது. அதைப் பார்த்ததும் பாண்டியனுக்கு கோபத்திற்குப் பதிலாக பயம்தான் உண்டானது.

சோறு வடித்துவிட்டிருப்பதைப் பார்த்தான். கொஞ்சம் நிம்மதியாக இருந்தது. அரிசியை மட்டும் ஏன் சோறாக்கினாள். அரிசியையும், சட்டினிக்கு எடுத்துவைத்த மாதிரி தண்ணியும் அரிசியுமாக எடுத்துத் தனித்தனியாகத் தட்டில் வைத்திருந்தால்

என்னாவது ... என யோசித்துக்கொண்டே குளித்துவிட்டு வந்தான். குளிக்கும்போது குழம்பு வைத்துவிடுவாள் என்று தான் நினைத்திருந்தான். ஆனால் தங்கம் சட்டினி செய்ததைப் போலத்தான் குழம்பு வைக்காமல் தட்டில் தனித்தனியாக வைத்திருந்தாள். 'வேகாத காயையும் மசாலையும் எப்படி சாப்பிடுவது' என்று கோபமாகக் கத்தத் தொடங்கினான். அவள் அமைதியாக இருந்தாள். அவனுக்கு கோபம் அதிகமாகித் திட்டி னான். "யாராவது இப்படிச் செய்வார்களா சட்டினியை இது மாதிரிதான் செய்தே. குழம்பை எப்படி வெந்தும் வேகாமல் சாப்பிடுவது" என்று கேட்டான்.

தங்கமுத்து, "வயிற்றுக்குள்ளத்தான் அடுப்பு இருக்கே. உள்ள போனதும் எல்லாமே வெந்து, ஒண்ணாகிடும். நாக்குதான் சொன்னபேச்சு கேட்காது. தண்ணி மாதிரி அது. அதோட இஷ்டத்துக்கு நாம் நடக்கணும். நாக்கே இல்லைன்னு நினைச்சுக் கிட்டு, முழுங்குங்க; கடக்கடக்குன்னு அடுப்பு எல்லாத்தையும் பஸ்பமாக்கித் தள்ளிரும்" என்றாள். அவனுக்குக் கோபம் ஒரு பக்கம் இருந்தாலும் தன் மனைவி கேணத்தனமாகவும் லூசு மாதிரியும் பேசுகிறாளே என்று பயந்தான். பிறகு எல்லாவற்றை யும் எடுத்துக் குழம்புப் பாத்திரத்தில் போட்டுத் தண்ணியை ஊற்றி ஸ்டவ் அடுப்பைப் பற்ற வைத்தான்.

எரிந்துகொண்டிருந்த ஸ்டவ் அடுப்பையே பார்த்துக்கொண் டிருந்தான் பாண்டியன். ஸ்டவ் அடுப்பின் திரியிலிருந்து வெளி யேறுவது மாதிரி தீச்சுடர் வந்துகொண்டிருந்தது. குழம்புப் பாத்திரத்தைத் தொடும் தீச்சுடர் நீலமாகவும், அதன் அடிபாகம் அடர்ந்து சிவப்பாகவும் இருப்பதைப் பார்த்தான். மெஸ்ஸில் விறகு அடுப்பு சமையல். விறகு அடுப்பின் தீ தகதக ... என்று எரியும். ஒரே சிவப்பு. தூரத்திலிருந்து பார்த்தால், மஞ்சளாகத் தெரியும். சமையல் முடியும் நேரத்தில் சில விறகுக் கட்டைகளை இழுத்துத் தண்ணீர் ஊற்றி அணைக்கும்போது புகையும் ஒரு வித வாசனையும் வரும். அந்த வாசனை விறகுக்கு விறகு மாறும். நன்றாகத் தம்கட்டிப் புகையை இழுத்தால் மூக்குச் சளியெல்லாம் போய்விடுமென்று மாஸ்டர் சொல்லியிருக் கிறார். புளியமரத்துக் கட்டைதான் பெரும்பாலும் மெஸ்ஸிற்கு வரும். புகையும் புளியமரத்திற்குக் கூடுதல். ஆனால் ஸ்டவ்வில் மண்ணெண்ணை வாசனை மட்டும்தான். வேறெந்த வாசனையும் இல்லை.

குழம்பு நன்றாகக் கொதித்து வந்தது. மசாலின் வாசனை யும் வெந்த கத்திரிக்காயின் வாசனையும் ஒன்றாக நுகர்ந்து கொள்ளும்போது நல்ல வாசமாக இருந்தது. தான் குழம்பு வைக்கவும் சட்டினி வைக்கவும் பழகிவிட்டோம். இனிக் கொஞ்

சம் கொஞ்சமாக சமையலைப் பழகி மெஸ்ஸில் மாஸ்டராக வேண்டுமென சட்டியை கீழே இறக்கினான். ஸ்டவ்வை அணைப் பதற்கு அவனுக்குத் தெரியாது. தங்கத்திடம் "குழம்பு வைத்துவிட் டேன்; ஸ்டவ்வை அணைத்துவிடு" என்றான்.

தங்கம், "மாமா உங்க நாக்கு ஏன் ஒரே ருசியையே கேக்கு துன்னு தெரியுமா? நீங்க பெருந்தீனி திங்குறதுதான். சாப்பாட்டு அளவைக் குறைங்க. ருசியை மறந்துடுவீங்க" என்றாள்.

"அடப்பாவி என்னையேதான் கடைசியில சாப்பாட்டு ராமன்னு சொல்றீயா. அயிரை மீன் குழம்பில இட்டிலி தின் னுட்டு அதுக்குப் பின்னாடி சட்டினி சாம்பார்ன்னு திரும்ப வும் இட்டிலி தின்னது இன்னமும் என் கண்முன்னால இருக்கு" என்றான்.

"அதெல்லாம் முந்தி மாமா, தின்னு தின்னு என்னத்தே கண்டேன். நாக்கை ஒரு நாள், ஏன்டீ கழுதை இப்படி என்னையப் பாடாப்படுத்துற. இத்துண்டு இருந்துட்டு, என்னென்ன கேட்கிற அப்படின்னு சொன்னேன்."

"நீ நாக்குகூடப் பேசினயாக்கும். நீயே அரை லூசு மாதிரி தான் பேசுவே."

"இல்லே மாமா. பேசி ஒரு முடிவு செய்துட்டேன். நாக்கு சொல்ற மாதிரி எல்லாம் இனி ருசி ருசியா சாப்பிட முடியா துன்னு வைராக்கியமா இருக்கேன். ஆனா நீங்க சாப்பிடுறதப் பார்த்தா எனக்குப் பயமாயிருக்கு."

தங்கமுத்து சொல்வது உண்மைதான். அவள் சில நாட்க ளாகச் சாப்பாட்டைக் குறைந்துவிட்டாள். நான்தான் எப்பொழு தும்போலச் சாப்பிடாமல் அளவுக்கு மீறிச் சாப்பிடுகிறேன் என நினைத்துக்கொண்டான்.

"இருபது இட்டிலியா சாப்பிடுவாங்க ஒரு மனுஷன்" – தங்கமுத்து பேசியபடி சோற்றைத் தட்டில் போட்டு உருண்டை பிடிக்கத் தொடங்கினான். அவள் எப்படிச் சாப்பிடப் போகிறா ளெனப் பார்க்க வேண்டுமெனக் காத்திருந்தான் பாண்டியன். வெறும் சோற்றை அப்படியே விழுங்கிக்கொண்டாள். அவளிடம். "சோற்றை மட்டும் ஏன் வேக வைச்சுச் சாப்பிடுறா. அரிசியா சாப்பிட வேண்டியதுதானே" என்றான்.

அவள், "அரிசியை ஊற வைச்சுச் சாப்பிடலாம். கொஞ்ச நாள் கழிச்சு எல்லாத்தையும் விட்டுறப் போறேன். சாப்பிடவே எரிச்சலாயிருக்கு. சாப்பிடுறது எதுக்கு? ருசியாக சாப்பிடுறதுக்கா, இல்லே பசிக்காகச் சாப்பிடுறதா? ருசிக்காகச் சாப்பிடுறது இல் லைன்னு தெரிஞ்சுகிட்டேன். பசிக்குத்தான் சாப்பிடுறேன்.

கொஞ்ச நாளில் பசியும் குறைஞ்சுடும். அப்புறம் சாப்பிடுவதையே நிறுத்திவிடுவேன்” என்றாள்.

“சாமியாரா போறவங்கதான் சாப்பிடாம இருப்பாங்க..! நீயும் சாமியாரா போகப் போறீயா?” என்றான்.

தங்கமுத்து ஒன்றும் பேசவில்லை. அமைதியாக இருந்தாள். நறுக்கி வைத்திருந்த தக்காளியையும் பச்சை மிளகாயையும் ஒன்றாக எடுத்துச் சாப்பிட்டாள். பாண்டியும் சாப்பிடத் துவங்கினான். தட்டு நிறையச் சோறு போட்டு, குழம்பை ஊற்றிக்கொண்டான். பிசைந்து உருண்டையாக்கி, கை நிறைய வைத்துக்கொண்டு, தங்கத்திடம் தந்தான். அவள் ‘வேண்டாம்’ என்று மறுத்தாள். சாப்பிட்டுப் பார்க்கச் சொன்னான். ‘பிறகு அதே பழக்கமாகிவிடும், வேண்டாம்’ என்றாள். ‘சாம்பார் தண்ணி அதிகம். அதான் கலர் வெளுத்துப் போயித் தெரியுது. முதல் தடவை உப்புப் போட்டதே ஜாஸ்தி. இரண்டாவது தடவையும் உப்பை அள்ளிப் போட்டுட்டீங்க. உப்பு கரிச்சிக்கிட்டு இருக்கு’ என்று சாம்பார் சட்டியைப் பார்த்துச் சொன்னாள். ருசி பார்க்காமலேயே என்னென்னமோ சொல்கிறாளே ... என்று சாப்பிட்டான். அவள் சொல்லியதுபோலத்தான் சாப்பாட்டின் ருசி அமைந்துவிட்டது. தண்ணியாக இருந்த சாம்பாரில், உப்பு மட்டும்தான் தூக்கலாக இருந்தது. தக்காளி ருசியோ, மசாலின் ருசியோ, எதுவுமே இல்லை. பாண்டியனுக்கு ஆத்திரம். நல்ல பசி நேரத்தில் இப்படியாகிவிட்டதே என்று அப்படியே உட்கார்ந்திருந்தான். மெஸ்ஸிற்குப் போனால் மூன்று மணிக்கு மேல்தான் சாப்பிட வேண்டும். சாப்பிட வருபவர்கள் சாப்பிட்டுவிட்டுப் போன பிற்பாடு கூட்டம் குறையும் நேரத்தில், சமையலறையில் ஒருவர் ஒருவராகச் சாப்பிட உட்கார வேண்டும். கருகிய எண்ணெய் வாடையும் மசால் தடவிய மீனின் பச்சைக் கவுச்சியும் சாப்பிடவே முடியாது. இரண்டு மூன்று வாய் அள்ளிப் போட்டுக்கொண்டு மோரை டம்ளர் டம்ளராகக் குடித்துவிட்டு வெளியே வந்துவிடுவான். அதற்கு இந்தச் சாப்பாடு உத்தமம் என்று சாம்பாரைக் கலக்கிவிட்டு ஊற்றிக்கொண்டான். கத்திரிக்காயைத் தவிர்த்து, சாப்பிடுவதற்கு வேறு எதுவும் நன்றாக இல்லை. காய் நன்றாகத்தான் வெந்திருந்தது. நீரைக் குறைத்தும் உப்பைக் குறைத்தும் இருந்தால் ருசியாக இருக்குமென நினைத்தான். சாம்பாரில் துவரம் பருப்பே இல்லை. வேக்காட்டில் பருப்பு வெந்து தண்ணியோடு கலந்திருந்தது. கரண்டியால் கலக்கிவிட்டு, எடுத்துப்பார்த்தான். பருப்பு வரவில்லை. தங்கம் ‘பருப்புக்கேற்ற தண்ணி இல்லை. தண்ணிக்கேற்ற பருப்பு இல்லை’ என்று சோற்றை விழுங்கியபடிச் சொன்னாள்.

சமைத்து வைத்ததை என்ன செய்ய முடியும்? என்றபடி, கண்களை மூடிக்கொண்டு பிசைந்து பிசைந்து சாப்பிட்டான்.

தங்கமுத்து அவன் சாப்பிடுகிறதையே பார்த்துக்கொண்டிருந் தாள். வேகவேகமாக, சோற்றைப் பிசைந்து வாயில் போட்டுக் கொண்டிருந்ததைப் பார்க்க அவளுக்குப் பயமாக இருந்தது. நாக்கை வெளியே நீட்டிப் பற்கள் தெரிய வேகவேகமாக அவன் சாப்பிட்டு முடித்தான்.

தங்கம் பாத்திரங்களையும் தட்டுகளையும் தேய்க்க எடுத்துப் போட்டாள். இரண்டு காகங்கள் தண்ணீர் தொட்டிமேல் வந் தமர்ந்துகொண்டு அவளைப் பார்த்தது. வழக்கமாக வரும் காகங்கள்தான். தொட்டி நீரைத் தாகத்திற்குக் குடித்துவிட்டுப் போய்விடும். அவள் காகத்தின்முன் தட்டுகளை எடுத்து வைத் தாள். காகங்கள் தம் உருவத்தைப் பார்க்காமல், நீரைக் குடித்து விட்டுப் பறக்கத் தொடங்கின. தொட்டி நீரில் காகம் சாப்பிட்ட தின் மிச்சமான தோசைத் துண்டு, நீருக்குள் செல்லத் தொடங்கி யது. தங்கம் அதை எடுத்துச் சாப்பிட்டாள். பிறகு அவளாகவே "கோதுமையும் மைதாவும் கலந்து சுட்ட தோசைபோல, சாப்பிடுவ தற்கு வழுவழுன்னு இருக்கு" என்றாள்.

மெஸ் வேலைக்குப் பாண்டியன் சென்றபிறகு, தங்கம் வாசலில் வந்து நின்று அவனையே பார்த்துக்கொண்டிருந் தாள். 'ஏன், தன் மாமா திடீரென இப்படிப் பெருந்தீனிக்காரராக மாறிவிட்டார்' என யோசிக்கத் தொடங்கினாள். வாசலில் சாமியார்போல நின்றிருந்த ஒருவர், அவளிடம் குடிப்பதற்குத் தண்ணீர் கேட்டார். அவளும் தண்ணீர் கொண்டு வந்து தந் தாள். சாமியார், "நீ பட்டம்மாள் மகள் தங்கம்தானே... உன் மாமா சுந்தரபாண்டியனைக் கல்யாணம் செய்திட்டியா" என்று கேட்டார். தங்கம், அவரை யாரென்று தெரியாது . . . என்று சொல்லிவிட்டுச் செம்பைத் திரும்பவும் வாங்கிக்கொண்டாள். சாமியார் வேட்டியில் முகத்தையும் கையையும் துடைத்துக் கொண்டு நடந்தார்.

தங்கமுத்து, தன்மாமா ஏன் திடீரென இப்படிச் சாப்பிடு கிறார்?' என்று சாமியாரிடம் கேட்கலாமா என நினைத்தாள். சாமியார் அவள் கூப்பிடும் தூரத்தில்தான் நடந்துகொண்டிருந் தார்.

அம்ருதா ஜனவரி 2009

13

பெயரிடப்படாத சம்பவம்

தெரு விளக்கினடியில் அவன் நின்றிருந்தான். பூச்சிகளின் சப்தமும் பனியும் இருட்டும் தினந்தோறும் அதிகாலையில் நிற்பதால் அவனுக்குப் பழகியிருந்தது. வெள்ளைநிறக் கால்பந்தும் முகந்துடைத்துக் கொள்வதற் கெனச் சிறிய ஆரஞ்சு நிறத்துண்டும் விளையாடும் பொழுது அணிந்து கொள்வதற்கென மாற்று உடையும் கையில் வைத்திருந்தான். தெருவிளக்கின் வெளிச்சம் அவனைச் சுற்றிப் படர்ந்திருந்தது. இன்னமும் சிறிது நேரத்தில் விளக்குகள் அணைந்துவிடும். பிறகு வாசல் பெருக்கித் தண்ணீர் தெளித்துக் கோலமிடப் பெண்கள் வரத்தொடங்குவார்கள். அவ்வீதியிலுள்ள பெண்களுக்கு அவனைத் தெரியும். எட்டு வருடங்களுக்கு மேலாக அவ்வீதியில் அவன் பெற்றோர்களுடன் வசித்திருக்கிறான். அந்தக் காலத்தில்தான் செல்வியின் வீட்டிலுள்ளவர் களுடன் பழக்கம் ஏற்பட்டது. செல்வியின் தம்பி தம்பு வுடன் கால்பந்து விளையாட மைதானத்திற்குச் செல் வான். தம்புவுடனான அவனது பழக்கம் இப்போதும் தொடர்ந்திருந்தது.

தம்புவின் வீட்டில் யாரும் எழுந்திருக்கவில்லை. முதலில் செல்விதான் எழுந்துகொள்வாள். வாசல் தெளித் துக் கோலமிடுவாள். கோலமிட்டு முடிகின்ற நேரத்தில் தம்பு வெளியே வருவான். செல்வி தம்புவிடம் எத்தனையோ முறை சொல்லி அலுத்துக் கொண்டாள். “தெரு முக்கில் நிற்காதே, தெருமுக்கில் நிற்காதே” என்று கோபமாகத் திட்டியும்கூடவிட்டாள். தம்புவிடம், “ஜித்துப் பயலோடு இனிமேல் விளையாடாதே. ஜித்து வீட்டுக்கு வந்தாத் தான் நீ மைதானத்திற்குப் போகணும்” என்றாள். தம்பு ஒன்றும் அக்காவின் சொல்லிற்குப் பணிந்து செல்பவ னல்ல. வழக்கம்போல ஜித்துவும் தம்புவும் கால்பந்து விளையாடச் சென்றுவிட்டார்கள்.

செல்வியின் வீட்டில் விளக்கு எரிந்தது. தூக்கம் கலைந்து எழுந்துவிட்டார்கள். ஜித்து அவர்களுடன் இரவு நேரத்தில் உறங்கியிருக்கிறான். ஜித்துவின் பெற்றோர்கள் வெளியூர் திருமணத்திற்குச் சென்றபோது செல்வியின் வீட்டில் விட்டு விட்டுச் சென்றார்கள். ஜித்துவின் அம்மாவும் அப்பாவும் இரண்டு தினங்கள் கழிந்துதான் வந்தார்கள். தம்புவும் ஜித்துவும் அருகருகே உறங்குவதும், அமர்ந்து சாப்பிடுவதுமாக இருந்தார்கள். தம்புவின் அப்பா அவர்களை டிராக்டரில் ஏற்றி வயலுக்கு அழைத்துச் சென்றிருக்கிறார். அவர்களது வயல் மலையடிவாரத்திற்குப் பக்கத்தில் இருந்தது. வயலிலிருந்தபடியே பெரிய பெரிய பாறைகளைப் பார்க்கலாம். அன்று உழத் தொடங்கியிருந்தார்கள். ஈரமாக மண் பிரிந்து டிராக்டர் டயர்களில் அப்பிக்கொண்டது. டிராக்டரின் சப்தத்தில் கத்திப் பேச வேண்டாமென்பதாலும், வயலில் உட்கார முடியாததாலும், தூரத்திலிருந்த பாறையின்மேல் உட்கார்ந்துகொண்டார்கள். மூவரும் பாறையிலிருந்த புறாக்களை விரட்டினார்கள். உழுத வயலில் பறவைகளின் கண்களுக்குப் புழுக்களும் பூச்சிகளும் தெரிந்துவிட்டன. தின்று முடியும் வரை புறாக்கள் எங்கும் செல்லாது.

செல்வி அருகாமையிலிருக்கும் கல் மரத்திற்கு அழைத்துச் சென்றதை ஜித்துவினால் மறக்க முடியவில்லை. பெரிய வன்னி மரம். சின்ன இலைகள் நெருக்கமாகப் படர்ந்திருந்தன. மரத்தின் கீழ் லிங்க வடிவக் கல்மரத்தில் பிணைந்தோ இல்லை கல்லில் மரம் பிணைந்தோ உருவாகியிருந்தது. வயல் வைத்திருப்போர் வணங்கி பூஜித்து வந்தார்கள். மரத்தின்பின் பத்துப் பதினைந்து பேர் நின்றிருந்தால்கூட தூரத்திலிருந்து பார்ப்பவர்களுக்கு எதுவும் தெரியாது.

கல் மரத்தின் வேரில் மரக் காளான் பூத்திருந்தது. ஜித்துவும் தம்புவும் பிய்த்தெடுத்து வைத்துக் கொண்டார்கள். கெட்டியான காளான் காம்புகளற்று மரத்தின் மேல் பட்டையோடு பட்டையாகப் படர்ந்திருந்தது. பிய்த்ததும் அதிலிருந்து மஞ்சள் வர்ணத்தில் நீர் வடியத் தொடங்கியது. பிசின்போலக் கைவிரல்களில் ஒட்டிக்கொண்டது. இருவரும் கைகளை உதறிக்கொண்டனர். செல்வி சிரிக்க ஆரம்பித்துவிட்டாள். அவளது பாவாடையைத் தூக்கிச்சொருகிக் கொண்டு தாவணியை இழுத்துவிட்டபடி கல்மர நிழலில் உட்கார்ந்துகொண்டாள். அவள் சிரிக்கச் சிரிக்க, பயந்தவனாக கையில் வைத்திருந்த காளானைத் தூக்கி எறிந்தான் தம்பு. தூரத்தில் சருகுகளின்மேல் சப்தமாக விழுந்தது. ஜித்துவின் கையில் சிறிய காளான் இருந்தது. அதை அவளுக்குத் தந்தான். செல்வியும் வாங்கிக் கொண்டாள். கல் மரத்திற்குச் சிறிது தள்ளி உன்னிப் பூக்கள் பூத்திருந்தது. பிடுங்கி

வரலாமா என்று தம்பு கேட்டான். செல்வி வேண்டாம் என்று சொன்னாள்.

தம்புவும் ஜித்துவும் வன்னிமர இலைகளின் ஊடே தெரியும் வெளிச்சங்களை வேடிக்கை பார்த்தனர். ஜித்துவினால் அவளருகே சகஜமாக உட்கார முடியவில்லை. கூச்சத்தைவிட ஏதோ ஒன்று அவனை மௌனமாக்கி இறுக்கமடையச் செய்திருந்தது. சற்று நேரத்தில் அழுதுவிடுபவன் போலவோ, இல்லை வேறெங்காவது ஓடிப்போய் ஒளிந்துகொண்டு விடுபவன் போலவோ தவித்துக்கொண்டிருந்தான். தம்பு, தன் அக்காளிடம் ஏதேதோ பேசியபடி சிரித்துக் கொண்டிருந்தான். மரத்தின் மேலிருந்த புறாக்களைத் தவிர வேறு யாரும் அவ்விடத்தில் இல்லை. டிராக்டர் வட்டமடித்துத் திரும்பியதும் மொத்தமாக எழுந்து பறந்த சில புறாக்கள் வழிதவறியதுபோல வயலுக்குச் செல்லாமல் மரத்தின் பக்கமாக வந்தமர்ந்தன.

செல்வி புறாக்களை விரட்டியபடி ஆரஞ்சும் மஞ்சளுமாகப் பூத்திருந்த உன்னிப்பூக்களைப் பறிக்கச் சென்றாள். பூவோடு கருநிறப் பழங்களை உதிர்த்துப் பாவாடையில் சேகரித்துக்கொண்டாள். பழங்கள் நசுங்கிவிடக் கூடாது என்று மெதுவாக நடந்து வந்தாள். அவர்களின் ஊடே அமர்ந்துகொண்டு தரையில் பரப்பிவிட்டாள். உன்னிப் பழங்கள் உருண்டோடின. தம்பு வேகமாகப் பிடிக்கப்போய் நசுங்கிவிட்டன. தம்புவிற்குப் பழம் பிடிக்கும். நிறையப் பழங்கள் சாப்பிட வேண்டுமென எழுந்து ஆசையாக உன்னிச் செடிப் பக்கம் சென்றான். அவன் போன பிறகு உன்னிப் பூக்களைப் பார்த்துக்கொண்டிருந்த ஜித்துவை இழுத்து அணைத்தவளாக உதடுகளில் முத்தமிட்டாள்.

ஜித்து அதற்குப்பிறகு இரண்டுமுறை வீடு மாறிவிட்டான். இருந்தும் தம்புவைப் பார்ப்பதற்குத் தினமும் வருகிறான். ஒருமுறைகூட செல்வி அவனிடம் எதுவும் பேசிக்கொள்ள வில்லை. அவனை வீட்டிற்குள் அழைப்பதென்றாலும்கூட தம்புவிடம் சொல்லித்தான் வரவழைக்கிறாள். அவள் ஜித்துவையும் கல்மரத்தையும் பிற்பகல் நேரத்திலிட்ட முத்தத்தையும் மறந்துவிட்டவள்போல இருந்தாள். ஆனால் ஜித்து எதையும் மறக்க முடியாமல், இந்த அதிகாலை மார்கழிப் பனியைச் சுவாசித்தபடி, செல்வியை அவளுக்குத் தெரியாமல் பார்க்க வேண்டுமென்பதற்காகக் காத்திருக்கிறான். செல்வி தினமும் காலை நேரத்தில் ஜித்து தன்னைப் பார்க்கிறான் என்பதை தெரிந்திருக்கிறாளா என்று புரியாமல்தான் இருந்தது. செல்வி யில்லாமல் தம்புவுடன் கல்மரத்து வயல் பக்கம் சென்றிருக் கிறான். பிற்பகல் நேரமும் புறாக்களும் அவனைக் கொதிப் படையச் செய்தபோது, ஆத்திரத்துடன் கால்பந்தை உதைப்பான்.

கால்கள் பலம்பெற வேண்டி பயிற்சிகொள்ளும்போது, தன்னை ஆசுவாசப்படுத்தியபடி நிதானம்கொள்வான். அவனுக்கு உப்புச் சுவையான உதடும் எச்சில்வாடையும் ஞாபகத்திலிருந்து அழிக்க முடியாததாக இருந்தது.

செல்வியின் வீட்டருகே இருந்த அங்குத் தாத்தா, தன் வீட்டைத் திறந்து வெளியே வந்தார். அதிகாலையிலிருந்து கைப்பிள்ளைகளுக்கு மந்திரித்துத் தாயத்துக் கட்டிவிடுவார். நோயுற்ற பிள்ளைகள் அங்கு தாத்தாவின் மந்திரத்தினால் குண மாகி வீட்டிற்குப் போனார்கள். தாத்தா செம்பிலிருந்து நீரை உள்ளங்கையில் ஊற்றிப் பிள்ளைகளின் முகத்தில் அடித்துவிடு வார். தோள் துண்டில் மந்திரித்து விடுவதற்குத்தான் கூட்டம் அதிகம். வயதானவர்கள்கூட வரிசையில் நின்று காத்திருப்பார் கள். நோய்களுடனும் வலிகளுடனும் காத்திருப்பவர்கள், தங்களை மறந்து வேதனையில் புலம்பிக் கொண்டிருப்பார்கள். குழந்தை களின் அழுகையும் கூட்டத்தினரின் சப்தமும் சிறிது நேரத்தில் தொடங்கிவிடும். அங்கு தாத்தா தோள் துண்டில் மந்திரித்த படியே ஜித்துவைப் பார்ப்பார். ஜித்துவிற்கு அவரின் மேல் பயமிருந்தது. அந்தத் தெருவிலிருந்தபோது, தாத்தா நோயும் வலியும் ஏதுமற்ற தனக்கு ஏதேனும் நோய்களையும் வலிகளை யும் உண்டாக்கிவிடுவாரோ என்று பயந்தான். அப்போதிருந்த பயம் இன்றுவரை தொடர்ந்திருந்தது. தாத்தாவின் முணுமுணுக் கும் வாயை ஜித்து பார்க்கவேமாட்டான். அவரது மந்திரத்தினால் தன்மேல் ஏதாவது ஒன்றை ஏவிவிட்டுவிடுவார்!... என்று நினைத்தான். தம்புவிற்கு அந்த பயமே இல்லை.

தம்புவும் தாத்தாவிடமிருந்து மந்திரத்தைக் கற்றுக் கொள்ளப் போவதாகச் சொல்லிக்கொண்டிருந்தான், அங்குத் தாத்தாவைப் போல உதடுகளை முணுமுணுப்பதும் கைக்குட்டையை வைத்துக் கொண்டு மந்திரித்துவிடுவதுமாக இருந்தான். ஜித்துவிற்குப் பயம். வயலிலிருந்து வந்தபிறகு மேலும் பயம் கூடிவிட்டது. தாத்தாதான் தனக்கு ஏதோ நோயை, வலியை, பேய் பிசாசை ஏவிவிட்டுவிட்டார் என்று பயந்தான். செல்வியைப் பார்க்கும் போதெல்லாம் அவன் கொதிப்படைந்தான். கால்பந்து விளை யாடச் செல்லுவதற்குத் தம்புவின் வீட்டு வாசலில் காத்திருந்த போது, செல்வி வாசலில் கோலமிட்டுக்கொண்டிருந்தாள். அழுத்தமான வளைவுகளும் அளவான நேர்க்கோடுகளும் கூடிய சாதாரணமான கோலம்தான். கோலத்தைப் பார்க்கப் பார்க்கப் பரவசமாக இருந்தது. திடீரென செடியில் இலை முளைத்தது போல, கோலத்தின் நான்கு பக்கமும் சிறு இலை நீட்டிக்கொண்டு வந்தது.

செல்வி கோலமிட்டு முடிந்து ஜித்துவைக் கடந்து வீட்டிற்குள் சென்றாள். தற்செயலானது போலவும் திட்டமிட்டது

போலவும் வாசலில் நின்றிருந்தவனின் மேல் உரசிவிட்டுச் சென்றாள். ஏற்கனவே உப்பின் சுவை கூடிய உதடுகளின் அவஸ்தையில் கொதிப்படைந்துகொண்டிருந்தவனுக்கு, அருகாமையில் செல்வி தனது முழு உடலின் மூலம் தீண்டி விட்டுச் சென்றது, வேறொரு மனநிலைக்கு அழைத்துச் சென்றது. செல்வி அவனைக் கடந்துசென்றதும், தீ சுட்ட வேதனை மாதிரியான அவஸ்தைக்குட்பட்டவன் வாசலைவிட்டுக் கீழே இறங்கினான். திரும்பிப் பார்த்தபோது, அங்கு தாத்தா அவனைக் கவனித்துக்கொண்டிருந்தது தெரிந்தது. அவனை என்பதைவிட அவர்களை என்றுகூடச் சொல்லலாம். கோலத்தில் இலைகள் முளைத்த போதிலிருந்து நோட்டமிட்டுக்கொண்டிருந்தார்போல. ஜித்துவைப் பார்த்த பார்வையில், குளிர் காய்ச்சலே வந்துவிட்டது. அவரது பார்வை சற்றுமுன்பிருந்த அத்தனை சந்தோசங்களைப் பறித்துக் கொண்டு கண்ணால் மந்திரித்துவிட்டு நோயை உண்டாக்குவது போலிருந்தது.

செல்வியுடன் பேசிக்கொள்வதற்குப் பலமுறை தனிமையான இடமும் சந்தர்ப்பங்களும் அமைந்தன. எது குறித்துப் பேச ஆரம்பிப்பதெனப் பதட்டம் கொண்டவனாக, பேசாமலேயே, அவளின் அந்தரங்கங்களைத் துளையிட்டுப் பார்ப்பது மாதிரி பார்த்துவிட்டு, நகர்ந்தான். ஜித்து கற்பனையாகவே செல்வியின் உடல் மேடுகளையும் வளைவுகளையும் பள்ளங்களையும் வர்ணங்கள் தந்து வெளிச்சமிட்டுக் கொண்டான். கற்பனையின் சுவை வியாதிபோலப் பீடித்தது.

தம்பு வாசலுக்கு வந்துநிற்கும் நேரம்தான். ஏன் தாமதமாகிறதெனப் புரியாதவனாக, வீட்டைப் பார்த்தான். தெரு விளக்குகள் அணையத் தொடங்கின. அங்கு தாத்தா புகையிலையை மடித்து வாயில் இட்டுக்கொள்வது தெரிந்தது. அவரது கண்கள்கூட, அந்தக் காலை வெளிச்சத்தில் தெரிந்தது. கத்தியின் கூர்முனைபோல. ஜித்து பயந்தவனாக முகத்தைத் திருப்பிக் கொண்டான். ஜித்து தன் பயத்தைப் போக்கிக்கொள்ள பலமுறை முயன்றிருக்கிறான். செல்வியைவிட்டு மனம் விலகிவிடுமெனில் எல்லாப் பிரச்சனைகளிலிருந்தும் தப்பித்துவிடலாமென நினைத்தான். சுயபோகம் செய்வதும் அதற்குப் பிந்தைய மனவருத்தங்களும் சுய இன்பத்தினால் உண்டாகும் பக்க விளைவும் அவனைப் பிசாசுபோலத் துரத்தின. அங்குத் தாத்தாதான் அந்தப் பிசாசை ஏவிவிடுகிறார்!... எனப் பயந்தான்.

செல்வி வாசலுக்கு வந்து நின்றாள். ஜித்துவின் கற்பனையின் சேகரத்திலுள்ள வர்ணங்கள் அசைவுகொள்ளத் தொடங்கின. வர்ணங்கள் பலவும் குழம்பி நிலைபெற்றுச் சித்திரங்களாயின. செல்வி என்ற ஜித்துவின் மனதிலிருக்கும் சித்திரம்,

அவனாகவே உண்டாக்கிய இருள் சூழ்ந்துகொண்டிருக்கும் அனுபவமற்ற பிரதேசம். வெளிச்சமிட்டுப் பார்க்க முடியாத பகுதிகள். இப்பொழுதில் கோலமிடத் தெருவில் உட்காரும் செல்வியுடன் இணைந்துபோனது. இணைந்துபோகும் கணம் சொப்பனங்களின் வேதனையும் நிம்மதியான உணர்வும் கொண்டது. 'செல்வி இந்தக் காலைப் பொழுதிலேயே இந்தத் தெருவிலேயே நாம் இருக்கக் கூடாதா? ... உன் கோலத்தில் ஏதாவது பகுதியில் என்னை ஒளித்து வைத்துவிட்டுச் செல்லக் கூடாதா?'

செல்வி இன்று பெரிய கோலமிட முனைந்துகொண்டிருக்கிறாள். எத்தனை புள்ளி என்று தெரியவில்லை. ஊடு புள்ளியிடத் திரும்புகிறாள்.

செல்வி, நீ வரையும் கோலத்தில் என்னை ஏதாவது ஒரு இடத்தில் ஒளித்து வைத்துவிடுகிறாயா? அங்குத் தாத்தா மந்திரங்களை உச்சரித்துக்கொண்டிருக்கிறார். அவன் மந்திரத்தினால் கோலப் புள்ளியாகவோ இலைகளாகவோ சிறுமீன்களாகவோ மாறி நிரந்தரமாகக் கோலத்தில் இருக்க முடியாதா? அவர் முன்னிருக்கும் சிறுமியின் வலியும் வேதனையும் என் பக்கம், என்னிடம் வந்து சேர்கிறதுபோல உள்ளது செல்வி ... பயமாக இருக்கிறது. இன்று சரியாகப் பந்தாடமுடியுமா எனத் தெரியவில்லை. நேற்றிரவு மைதானத்தில் அதிகாலைப் பனிப்புகைப் படலத்தினைப்போல ஒருகனவு. சுய இன்பம் கூடாதென்ற கட்டுப்பாடும் அங்குத் தாத்தாவின் மந்திரங்களின் பயமும் ஒருசேர நான் படுக்கையில் கிடக்கிறேன். மீறி என்னுள்ளிருந்து ஏதோ ஒன்று, கால் பெருவிரல் வழியாக உடலில் புகுந்து கொள்வதுபோல் உடல் சூடேறுகிறது. கோல் கீப்பர் பவுன் தாஸ் முகத்தை நினைவுகூரும் தருணம், திரைப்படத்தின் காட்சி மாறும் நொடியில் செல்வி நீ வந்துவிடுகிறாய். எனது கற்பனையின் விரல்களும் கண்களும் நூற்றுக்கணக்கான வடிவங்களையும் காட்சிகளையும் மாறிமாறிக் கொண்டுவருகிறது. பெருவிரல் வழியாக அங்கு தாத்தாதான் மந்திரத்தின் மூலம் உன்னை எனது உடலில் புகுத்தி விடுகிறார்போல. மந்திரத்தின் முணுமுணுப்பான சத்தமும் தாத்தாவின் உதட்டசைவும் அவ்விரவில் போக வேகத்தின் ஊடே கலக்கிறது. நீ என் கண்களின் காட்சியிலிருந்து விலகிவிடுகிறாய். இல்லை, உன்னை என் கண்கள் காட்சிப் படுத்தத் தவறிவிடுகிறது. அவ்விரவிலிருந்து மீள முடியாதவனாக இப்போது நிற்கிறேன்.

செல்வியின் கோலமிடும் கைகளும் விரல்களும் அன்று காலை, உற்சாகம்கூடி வளைவுகளையும் கோடுகளையும் புள்ளிகளிலிருந்து உருவாக்கிக் கொண்டிருந்தன. பெரிய கோலம் அவளுக்குக் கைகூடிவிட்டது. அந்தக் கோலத்திலிருக்கும் எஞ்சிய

புள்ளிகள் தங்களது இணைப்பிற்கெனக் காத்திருக்கின்றன. துரதிர்ஷ்டமாக அந்தப் புள்ளிகளில் ஒன்று கோலத்தில் இணைப் பாகாமல் போய்விட்டால் என்னாவது என்று ஜித்துவிற்குப் பதட்டம் உண்டானது. கூடவே சற்று சந்தோசமும். மைதானத் தில் நண்பர்களுடன் பேச்சுவாக்கில் சுய இன்பத்தின் பின் விளைவுகளைப் பற்றிய உரையாடலில் கண்பார்வை மங்கலும் விரல் நடுக்கமும் ஏற்படும் என்ற பேச்சு தகவலாக பரிமாறப் பட்டது. அன்றிலிருந்து ஜித்துவிற்குக் கண்பார்வை துல்லிய மாகப் புலப்படுவதுபோலவும் சிலநேரங்களில் தூரப்பார்வை யும் பலநேரங்களில் அருகாமையிலும் பார்வை கலங்கல் ஏற்படு வதுபோலவும் தோன்றியது. அங்குத் தாத்தாவின் மந்திர உதடு களின் உச்சரிப்பு தனது விரலில் ஏறி நிரந்தரமாகக் குடிகொண்டு விட்டதென்ற நம்பிக்கையும் பயமும் சற்றுக் கூடுதலாக அதன் பின்பு நிரந்தரமாக அவனிடம் இருந்தது. அவனிடமிருந்து செல்வி யின் கற்பனையான சித்திரஙகளைப போல மனதில் அது சேகர மாகிவிட்டது.

அங்குத் தாத்தாவின் முன் நின்றிருந்த சிறுமி, தனது தாயுடன் சென்றபிறகு வேறொருவர் நின்றார். கூட்டம் வரத் தொடங்கியது. ஆட்களின் நடமாட்டத்தைப்போலப் பறவை களும் நாய்களும் தெருக்களினூடே அலைந்தன. குறிப்பாகக் காகங்கள். காகங்களின் இரைச்சல் தகரங்களின் மேல் அமரும் போதும் பறக்க எழும்போதும் எழும் சத்தம் கூசியது. நாய்கள் அவனை அடையாளம் கண்டுகொண்டன. கடைவீதியில் கடை களில் இரும்புக் கதவைத் திறக்கும் சத்தம் கேட்டது. ஆட்டை இழுத்துக்கொண்டு ஜித்துவைக் கடந்துபோனார்கள். மைதானத் திற்குச் செல்பவர்கள் அவனைப் பார்த்துக் கொண்டே நடந் தனர். ஆட்டின் சத்தமும் சிமிண்ட் தரையில் கத்தியை மண லிட்டுத் தேய்க்கும் சத்தமும் இணைந்து கேட்டன. ஏன் தம்பு இன்னமும் வரவில்லையென ஜித்து கவலையானான். தம்பு வரும் நேரம் கடந்துவிட்டது. தம்புவும் ஜித்துவும் தெருவைவிட்டுப் போகும்போதுதான் இருவருக்கும் எதிரே ஆட்டுடன் கறிக் கடைக்காரன் வருவான். என்றுமே சிமிண்ட் தரையில் தேய்க்கும் சத்தத்தை ஜித்து கேட்டதில்லை. இன்றுதான் கேட்கிறான். காகங்கள் பிய்த்துப்போடும் பழைய தோசைத் துண்டிற்கும் இட்டிலிக்கும் கூடியபோது வெய்யில் முகத்தில் சூடாக இறங்கி யது. வானம் முழுதும் தெளியத் தொடங்கியது.

ஜித்து தம்புவின் வீட்டின் வாசலில் நின்றான். செல்வி வரைந்த கோலத்தைப் பார்த்தான். எப்போதும் வரைவதைவிடச் சற்றுப் பெரியது. புள்ளிகள் இணைந்து இணைந்து வெளியான உருவத்தை முதல் பார்வையில் உணர முடியவில்லை. ஜித்துவிற்கு அந்த கோலத்தில் ஏதாவது இடமிருக்கிறதா? எங்காவது ஒளிந்து

கொண்டு செல்வியினருகே இருக்க மாட்டோமா? என கோலத்தை உற்றுநோக்கினான்.

வாசலிலிருந்து படியேறி வீட்டிற்குள் சென்றான். முன்னறையில் யாருமில்லை. சமையலறையில், குண்டு பல்பின் மஞ்சள் வெளிச்சம் சில்வர் பாத்திரங்களின்மேல் விழுந்து கண்களுக்குப் பார்ப்பதற்கு எரிச்சலாக இருந்தது. யாருமில்லாத அமைதி, தம்புவை அழைக்கலாமா வேண்டாமா என யோசித்த நொடிப் பொழுதில் ஜில்லென்ற பனிக்கட்டி மாதிரியான தொடுதலை உணர்ந்தான். உணர்ந்துமுடியும் முன்பே உப்புச் சுவை கூடிய உதடுகள் சூடான காற்றுடன், அவனது உதடுகளில் பொருந்திச் சுவைப்பதை உணர்ந்தான். இரண்டு மூன்று நொடிகளுக்கு மேல் நீடிக்கவில்லை. பொருந்தி விலகியதும் பனிக்கட்டி மாதிரி தொடுகையும் விலகிவிட்டது. செல்வியுடன் அவன் நின்றிருந்த இடத்தைப் பார்த்தான். நெல் மூடைகளும், வேறு சில பொருட்களும் அடுக்கிவைக்கப்பட்டிருந்த அறை. அந்த இருட்டு அறையை விட்டு அவள் சென்ற பிறகு, உடலில் உப்பின் சுவையும் பனிக்கட்டிக் குளிரும் இருந்தது.

அந்த அறையில் ஏற்கனவே ஒருமுறை அவளுடன் நெருக்கமாக இருந்தது. இப்பொழுது ஞபாகத்திற்கு வந்தது. வயலிலிருந்து திரும்பிய பிறகு முத்தத்தினாலும் அவளால் உடல் கிளர்ச்சியடைவதையும் எதனால் என அறியாமல் இருந்த சமயம். இன்னொரு முறை முத்தம் பெற வேண்டியோ அல்லது முத்தமிட வேண்டியோ அவளைத் தொடர்ந்து கண்காணித்த நேரம். இருட்டு அறைக்குள் நுழைந்ததும் பின்தொடர்ந்தவன் மூடைகளின் மேலேறி கைத்தராசை எடுக்க முயல்வதைப் பார்த்தான். செல்விக்கு கை எட்டவில்லை. அவனை அங்கு கண்டதும் கீழே இறங்கி, அவனைத் தராசை எடுத்துத் தரச் சொன்னாள். கட்டியிருந்த கைலி வேட்டியைத் தூக்கிக்கட்டிக் கொண்டு மூடைகளின் மேல் மாடிப்படியில் ஏறிச் செல்வது போலச் சென்றான்.

கைத் தராசை எடுத்துத் தந்ததும் வாங்கிக் கொள்வதற்கு முன் அதே ஜில்லென்ற பனிக்கட்டி மாதிரியான கைகளால் ஜித்துவின் தொடையினைத் தடவிவிட்டுக் கிள்ளினாள். பிறகு கைத்தராசை வாங்கிக்கொண்டு அறையைவிட்டுப் போய்விட்டாள். தனது தொடையில் அவளது உள்ளங்கை படர்ந்ததும், உயிரே போய்விடுவதுபோல ஸ்கலிதம் தன்னிலிருந்து வெளிவேறுவதை உணர்ந்தான். அந்த அறையிலேயே சிறிது நேரம் காதடைத்துக் கண் சொருகிக் கிடந்தான். தெளிந்து அறையைவிட்டு வெளியே வந்தபோது செல்வி ஒன்றுமறியாதவள்போல வீட்டிற்குள் நடமாடிக்கொண்டிருந்தாள்.

இன்றைய காலை நேர முத்தம் தனது முதன்முதலான ஸ்கலிதத்தை நினைவுகொள்ளச் செய்ததை உணர்ந்தான். தன்னால் பிறகு ஏற்பட்ட இயற்கையாகவும் மற்றும் செயற்கையாகவும் உண்டான ஸ்கலிதத்தை ஞாபகத்தின் சேகரிப்பில் வைத்திருக்காமல் கழற்றிவிட்டதுபோல ஏன் முதன்முதலான அச்செயலைத் தன்னிலிருந்து அகற்ற முடியவில்லை என இப்போது யோசித்தான்.

தன் கீழ் உதடு தானாக சுயஉணர்வு கொண்டதுபோல வழக்கமான இயல்பான நிலைமைக்கு வருவதை உணர்ந்தவனாகத் தம்புவைத் தேடினான். தம்பு கழிப்பறையில் இருந்தான். தம்பு உள்ளிருந்துகொண்டே காத்திருக்கச் சொன்னான். குழாயில் நீர் வடியும் சத்தமும் அதைத் தொடர்ந்து இரும்பு வாளி நகரும் சத்தமும் கேட்டது.

செல்வியை இன்றுதான் முத்தமிட வேண்டுமென முயற்சித்தான். அவள் எந்த அறையில் இருக்கிறாளெனத் தேடினான். தன்னிடம் மூர்க்கமாக இருந்து, பிறகு உடனடியாக சாந்தமானவளாக மாறிவிடுகிறாளே . . . என அவஸ்தையுற்றான். வீட்டிற்குள்ளே குருவிகள் வரத் தொடங்கிவிட்டன. காகங்கள் வாசல்படி அமர்ந்து கரைந்தன. செல்வி எந்த அறையிலிருக்கிறாளென அவனால் கண்டுபிடிக்க முடியவில்லை. திடீரென சற்று முன்பு நிகழ்ந்ததுபோல எங்கிருந்தாவது வந்து தன்னை இழுத்துக்கொண்டு சென்று திரும்பவும் முத்தமிடவோ இல்லை அணைக்கவோ கூடுமென்ற கற்பனை அவனுள் படர்ந்தது.

செல்வி டம்ளரில் பால் ஆற்றிக்கொண்டு அவன் முன்பாக நின்றாள். பால் டம்ளரை நீட்டி, “குடிடா ஜித்து” என்றாள். அவன் வாங்க மறுத்தான். அன்று வீட்டில் யாருமில்லையென்பதைத் தெரிந்து கொண்டான். அப்பாவும் அம்மாவும் வயலுக்குச் சென்றிருப்பதாகச் சொன்னாள். “வீட்டுக்குள்ள வரவைச்சுட்டேன் பாத்தியா” என்று டம்ளரைக் கைகளில் பிடிக்கச் செய்தாள். டம்ளரை வாங்குகையில் செல்வியைக் கட்டிக்கொண்டான்.

அவள் ஜித்துவை உதறி விலக்கியபோது டம்ளர் கீழே விழுந்தது. இருவரும் பேசாமல் நின்றனர். தெருவில் வயதானவரின் நோவு கூடிய புலம்பல் தெளிவாகக் கேட்டது. அங்குத் தாத்தா அவரை சாந்தப்படுத்த முயன்று கொண்டிருப்பதும், பதிலுக்கு வயதானவரை அழைத்து வந்தவர்கள் நோவின் புரியாத தன்மையை விளக்கிக்கொண்டிருப்பதுமாகப் பேசிக்கொண்டனர். ஜித்து தன்னுள் கொப்புளம் கொப்புளமாக குமிழ்ந்துகொண்டிருக்கும் உணர்ச்சிகளை அடக்க முடியாதவனாக மேலும் செல்வியை அணைத்தான். அவள் ஏனோ

ஜித்துவின் கன்னத்தில் அறைந்து அவனது உணர்வுக் குமிழ் களை உடைத்துச் சிதறச் செய்தாள். கன்னத்தில் அறைந்து தள்ளிவிட்டபோது இரண்டு சப்தங்கள் அவனது காதுகளில் வந்தடைந்தன. தம்பு கழிப்பறைக் கதவைத் திறப்பதும், செல்வி அவனை ஆபாசமான வார்த்தைகளில் திட்டுவதும் ஒரே நேரத் தில் கேட்டான். பிறகு அவன் வாசலில் வந்து நின்றுகொண்டான்.

அங்குத் தாத்தா தனது உதடுகளில் மந்திரங்களை உச்சரித்துக் கொண்டே, கத்தியின் கூர்மையான பார்வைகளில் தைத்து விடுவதுபோல ஜித்துவைப் பார்த்தார். குறிப்பாகப் பெருவிரலைப் பார்ப்பதுபோல அவனுக்குத் தோன்றியது. கால்களில் பால் சிந்திய தடம் இருந்ததை அப்போதுதான் பார்த்தான். தம்பு உடைமாற்றிக்கொண்டு வந்தான். இருவரும் தெருவில் இறங்கி நடந்தார்கள். ஜித்து அவனிடம் இன்று வயலுக்குச் செல்லலாமா என்று கேட்டான். சரி என்றான் தம்பு. ஜித்துவின் மனதில் வயலும் கொக்குகளும் சில பெயர் தெரியாத பறவைகளும் உன்னிப் பூக்களும் வந்துசென்றன. கூடவே செல்வியின் உப்புச் சுவை கூடிய முத்தமும் ஒரு கவிதையும்.

மரத்தில் வளர்ந்த காளானை எடுக்கிறேன்
மஞ்சளான காளானை
உன்னிடம் தருகிறேன்
வேண்டாமென மறுத்துவிட்டு
உன் உலகில்
இன்னும் பெயரிடப்படாமல்
பூத்துள்ள பூக்களைப் பறிக்கிறாய்.
இந்நிலத்தில் பயிரிட உழுதுகொண்டிருக்கிறார்கள்
புறாக்கள் கண்காணிக்கின்றன
உன் கண்களைப் போல
பெயர் தெரியாத பூக்களைத் தந்து
மரத்தின் பின்புறமாக அழைத்துச் சென்று
உதடுகளால் உதடுகளைச் சுவைக்கிறாய்
பாறையில் மழைவழிந்தோடிய
நீர் வடிவத்தின் மேல்
ஒற்றைக் காகம்
உன் முத்தமிடலைப் பார்த்துவிட்டது
ஆவேசமாக அப்பாறையைக் கொத்துகிறது
மரத்தின் பின்னிருந்து விலகிவிடும்போது
புறாக்கள் ஊறும் புழுக்களைத் தின்றபடி நடக்கிறது
நம்மிருவர் நிழல் விழும் நிலத்தில்.

காலச்சுவடு ஜூலை 2009

14

என் மரணத்திற்குப் பிறகு நீயும் இறந்து விடுவாய்

சிகாமணி இறந்தபோது அவன் அருகே அழுவதற்கென யாருமில்லை. தேனி நகராட்சியிலிருந்து கொண்டுவரப்பட்ட சவ வண்டியில் எடுத்துச்சென்று எரித்துவிட்டார்கள். அன்று வியாழக்கிழமை. தேனியில் வாரச் சந்தை கூடும் நாள். சந்தையைத் தாண்டித்தான் சவ வண்டி நகர்ந்துபோனது. சிகாமணி இறப்பதற்கு முன், அவனாகவே யாரிடமோ சொல்வதுபோல "நான் இறந்ததும் கார்க்கோடனும் இறந்துபோவான்" என்று சொன்னான்.

தேனி வாரச் சந்தை முடிந்ததும் அன்று இரவில் கூட்டத்தில் தவறிவிழுந்த நாணயங்களையும் ரூபாய்த் தாள்களையும் தேடி எடுப்பவனாக இருந்தான் சிகாமணி. காக்கி நிறத்தில் அரை டவுசரும் சிவப்பு நிறத்தில் அரைக் கை பனியனும் உடுத்தியிருந்தான். சந்தைக்கு வருபவர்கள் கைதவறி விடும் நாணயங்களைப் பொறுக்கி எடுப்பதற்காக வந்தபோது அவனைத் தவிர்த்து கார்க்கோடனும் இருந்தான். தவறிவிழுந்து தேடி எடுக்க முடியாத நாணயங்களையும் ரூபாய்த் தாள்களையும் கார்க்கோடனும் சிகாமணியும் போட்டிபோட்டுக் கொண்டு எடுத்தனர். கார்க்கோடனின் உண்மையான பெயர் அதுவல்ல. வேறு ஏதோ. பஸ் ஸ்டாண்டிலிருந்த நடைபாதை வியாபாரிகள் அவனுக்குக் கார்க்கோடன் என்று பெயர் வைத்திருந்தனர்.

கார்க்கோடனின் உண்மையான பெயர் சிகாமணிக்கு மட்டுமே தெரியும். கார்க்கோடன் தினமும் உப்பார்பட்டியிலிருந்து தேனிக்கு வருவான். காலையிலிருந்து மாலை வரை பஸ் ஸ்டாண்டில் பிக்பாக்கெட் அடிப்பான். மாலையில் கையில் காசிருக்கும் அளவைப் பொறுத்து சிகாமணியுடன் சேர்ந்து திட்டம்போடுவான்.

இரவுக் காட்சி முடிந்து ஆட்கள் வரும் வேளையில் சந்தையில் நடமாட்டம் இருக்கும். இரண்டு வேசிகள் சந்தையின் பின்புறம் அமர்ந்திருப்பார்கள். அவர்களில் குட்டையாக இருந்தவளிடம் தேநீர் அருந்துவதற்கெனச் சில்லறை வாங்கித் தேநீர் குடித்துவிட்டுச் சந்தையின் வாசலில் நின்றிருப்பார்கள்.

சிகாமணி வீட்டிற்குச் செல்வதே இல்லை. அதேபோல அவனைத் தேடிவருவதற்கும் ஆட்கள் என எவரும் இல்லை. அவனது அம்மாவும் அப்பாவும் தேயிலை எஸ்டேட்டிலும் அவனது சகோதரன் ஒருவன் பெரியகுளம் பவளம் தியேட்டரிலும் வேலை செய்வதாகச் சிலர் சொல்வார்கள்.

"சிகாமணியின் அம்மா மலையாளத்துக்காரி என்றும், இல்லை இல்லை, அவனது அப்பாதான் மலையாளி. அம்மா நம்மூர்க்காரி; வேலைக்குப்போன இடத்தில் அவன்கிட்டே பிள்ளையைப் பெத்துக்கிட்டா" என்று சொல்பவர்களும் உண்டு.

தேனி மத்தியக் கூட்டுறவு வங்கியின் சாலையில் சென்று அங்கிருக்கும் கிணற்றில் நீரை இறைத்துக் குளிப்பான். கிணற்றின் சுவரில் ஒரு பொந்து இருந்தது. அந்தப் பொந்தில்தான் அவன் கட்டிக் குளிக்கும் கோவணத்தையும் தேய்த்துக் குளிக்கும் வைக்கப் புல்லையும் ஒளித்துவைத்திருந்தான். வங்கிக்குப் பின்னால் இருக்கும் ரேஷன் கடைகளில் கவிழ்த்துவைத்திருந்த மண்ணெண்ணெய் டின்னில் கோவணத்தைக் காயப்போட்டுவிட்டுப் பிறகு எடுத்து மடக்கிப் பொந்துக்குள் வைத்துவிடுவான்.

சந்தைகூடாத பிற நாள்களில் தினமும் காலையில் குளித்துவிட்டுச் சுந்தரம் தியேட்டருக்குச் செல்வான். தியேட்டரின் வாசலில் அமைதியாக உட்கார்ந்துகொள்வான். காலைக் காட்சி ஓடாத அன்று தியேட்டரின் முன்னிருக்கும் மைதானத்தில் நெல் காயப்போட்டிருப்பார்கள். சில நாட்கள் புளியம்பழத்தைப் பெண்களும் சிறுமிகளுமாக உட்கார்ந்து தட்டிக்கொண்டிருப்பார்கள். அதையே சிகாமணி வேடிக்கை பார்த்துக்கொண்டிருப்பான். தியேட்டரின் முன்புறமாக இருக்கும் தென்னை மரங்களின் காற்றில் உறக்கம் வரும். அப்படியே உறங்கிவிடுவான்.

சிகாமணி ஒருமுறை சந்தையில் காசு தேடிக்கொண்டிருந்தபோது சந்தையின் எந்தப் பக்கத்திலும் எதுவும் கிடைக்கவில்லை. சந்தை வியாபாரிகளைத் திட்டிக்கொண்டே நடந்தான். 'செங்கல் வராயன் பொடிக்கடை'க்குப் பக்கத்தில் நின்றுகொண்டு காறிக் காறித் துப்பினான். துப்பிய இடத்தில் எச்சிலின் மேல் மண்ணைப் போட்டு மூடும்போதுதான் ஒரு நூறு ரூபாய்த்தாளைப் பார்த்தான். அப்படியே 'டபக் . . .' என்று எடுத்துக்கொண்டு பெரியகுளம் ரோட்டில் நின்று நல்ல தாளா கள்ளத் தாளா என்று

பார்த்தான். ஜெராக்ஸ் காப்பி ரூபாய் நோட்டுகளைக் கண்டு பிடித்துவிடுவான். ஜெராக்ஸ் காப்பி ரூபாய்களைக் கண்டுபிடிக்கச் சொல்லிக்கொடுத்தது கார்க்கோடன்தான்.

பஸ் ஸ்டாண்டுக்குப் போய் கார்க்கோடனிடம் ரூபாய்த் தாளைக் காட்டியதும் சிகாமணியின் முதுகில் தட்டி, "ஆத்தா கண்ணத் திறந்து பார்த்துட்டா சிகாமணி" என்றான் கார்க் கோடன். "நல்ல நோட்டா" என்று கேட்டான். 'ஆமாம்' என்றான் கார்க்கோடன். அவன் விரல்கள் ரூபாய்த்தாளையே தடவிக் கொண்டிருந்தன. பிறகு இருவரும் நாகர் புரோட்டா கடைக்குப் போனார்கள். ஆளுக்கு இரண்டு புரோட்டா, ஒரு ஆம்லெட் என்று சாப்பிட்டுவிட்டுச் சினிமாவுக்குப் போனார்கள். சிகாமணி யும் கார்க்கோடனும் லெட்சுமி தியேட்டரில் படம் பார்ப்பதற்கு விரும்புவார்கள். மின்விசிறிக்குக் கீழே உட்கார்ந்துகொண் டால் தூக்கம் நன்றாக வரும். படம் முடிந்த பிறகுதான் தூக்கமே கலையும்.

சிகாமணிக்கு, அதற்குப் பிறகு ரூபாய்த் தாள் கிடைப்பது அரிதாக இருந்தது. தான் பிக்பாக்கெட் அடித்த காசில் கார்க் கோடன் இரண்டு தடவை அவனை நாகர் புரோட்டா கடைக்கு அழைத்துச் சென்றான். கார்க்கோடனைப் புதிதாக வந்த எஸ்.ஐ. லாக்கப்பில் போட்டுவிட்டார்.

கார்க்கோடனை போலீஸ் பிடித்துக்கொண்டு போனதி லிருந்து சிகாமணிக்குத் தனியாக இருப்பது வருத்தமாக இருந்தது. கார்க்கோடனிடம் லெட்சுமி தியேட்டரில் படம் பார்த்துக் கொண்டிந்தபோது "நான் இறந்த பிறகுதான் நீயும் சாக வேண் டும்" என்றான். அதற்குக் கார்க்கோடன் அமைதியாக இருந்தான். திரும்பவும் சிகாமணி "நான் இறந்ததும் நீயும் இறந்திடணும். நான் இல்லாத ஊரில் நீ உயிரோடு இருக்கக் கூடாது" என்றான்.

அதற்குப் பிறகு லெட்சுமி தியேட்டரில், படம் பார்க்கக் கார்க்கோடனால் முடியவில்லை. சிகாமணிக்கும் படம் பார்ப்ப தற்கு இஷ்டம் இல்லை. அன்று முழுவதும் அவன் அமைதியாக இருந்தான். கார்க்கோடன் இல்லாதபோதுதான் சிகாமணி, ஹக்கீம் பாய் மரக்கடைப் பக்கம் போவான். கார்க்கோடனை, ஹக்கீமுக்குப் பிடிக்காது. தனக்குத் தெரியாமல் சிராய்களையும் மரப்பட்டைகளையும் விற்றுவிடுகிறான் என அவனைக் கடைக் குள் விடுவதில்லை. ஆனால், பாய் சிகாமணியைக் கடைக்குப் போய்வரக் கூப்பிட்டுக்கொள்வார்.

மரக்கடை வசந்த விஹார் லாட்ஜிற்குப் பின்னால் இருந்தது. மரக்கடையின் வெளியே பெரிய பெரிய உருட்டுக்கட்டை களின் மேலே, ஆட்கள் எப்போதும் உட்கார்ந்திருப்பார்கள்.

மரக்கடைக்கு எதிரே பொதுக் கழிப்பறை இருந்தது. மரக்கடையிலிருந்தபடியே பொதுத் தொலைபேசி நிலையத்திலிருக்கும் பெரிய ஆண்டனாக்களைப் பார்க்க முடியும். கடையில் யாரும் இல்லாதபோது, சிகாமணியை இரவு நேரத்தில் காவலுக்குப் படுக்கச் சொல்வார் ஹக்கீம் பாய். மரக்கடையின் பக்கத்திலேயே பாய் அவர்களின் வீடு இருந்தது. வீட்டில், வெள்ளை நிறத்தில் பழுப்பு நிறக் கண்களோடிருந்த பெரிய கோம்பை நாயை முரட்டு இரும்புச் செயினில் கட்டியிருப்பார்கள்.

ஹக்கீம் பாய் சொல்கிற வேலையைச் செய்துவிட்டு, உருட்டுக் கட்டையின் மேல் உட்கார்ந்திருந்தால், டீ வாங்கிக்கொண்டு வரச் சொல்வார். எத்தனை டீ வாங்கிக்கொண்டு வரச் சொல்கிறார், கடையில் எத்தனை ஆட்கள் உட்கார்ந்திருக்கிறார்கள் என்று எண்ணிக்கையைச் சரிபார்ப்பான் சிகாமணி. தனக்கும் சேர்த்துத்தான் டீ வாங்கிக்கொண்டு வரச் சொல்கிறார் என்றால் வேகமாக வந்துவிடுவான். இல்லையென்றால் இரண்டு தடவை டீக்கடைக்கு ஆட்கள் தேடி வரும்வரை தாமதிப்பான். பிறகு ஹக்கீம் பாய் டீ தம்ளர்களைத் திரும்பத் தரும்போது "கணக்கில் டீ குடிச்சுக்கோ" என்பார். சிகாமணி இனிப்பு வடை, காரவடை என்று சாப்பிட்டு நிதானமாகத்தான் டீயைக் குடித்துவிட்டு வருவான்.

பாய்க்கு இந்த விசயமெல்லாம் தெரிந்ததுதான். வார விடுமுறை புதன்கிழமையில் 'தண்ணி மப்பில்' நெடுங்கண்டத்தில் தனது மாமாவிடம் வேலை செய்யும்போது சாயாக் கடையில் அவரது கணக்கில் ரூபாயை வாங்கி ஜிஞ்சர் குடிப்பதைச் சொல்வார். தனக்குத் தெரியாமல் கடையில் சிராய்களையும் மரப்பட்டைகளையும் கூடையில் அள்ளி விற்பதைத்தான் பொறுத்துக்கொள்ளமாட்டார் பாய்.

ஹக்கீம் பாய் மரக்கடையில் உருட்டுக்கட்டையின் மேல் உட்கார்ந்திருந்தான் சிகாமணி. நாடார் அம்மா பிளாஸ்டிக் சாக்கு ஒன்றை எடுத்துக்கொண்டு பட்டையும் சிராயும் கேட்டது.

சிகாமணியை முறைத்துப் பார்த்துவிட்டு "குண்டு தொங்குது" என்றாள் நாடார் அம்மா. சிகாமணி "அம்மாச்சி நீங்க பார்க்காத குண்டா" என்றான். நாடார் அம்மா கோபமாக, "சீ நாயே" என்றாள்.

நாடார் அம்மா பட்டையும் சிராயும் வாங்கிக்கொண்டு போனபிறகு உருட்டுக்கட்டையின் மேல் உட்கார்ந்துகொண்டு தனது தொடைகளையே பார்த்துக்கொண்டு இருந்தான். பிறகு என்ன நினைத்தானோ கட்டையின் குறுக்குவாக்கில் உட்கார்ந்திருந்தவன் நீளவாக்கில் இரண்டு கால்களையும் இரண்டு

பக்கமும் போட்டுக்கொண்டு, அப்படியே உருட்டுக்கட்டையைக் கட்டிப்பிடித்தபடி படுத்துக்கொண்டான். அப்படிப் படுத்துக் கொள்வது சிகாமணிக்குப் பிடிக்கும். தொடர்ந்து சிறிது நேரம் படுத்திருந்தவன் எழுந்து எதிரே இருந்த பொதுக் கழிப்பிடத்திற்குச் சென்றான். சிறிது நேரம் கழித்துத் திரும்பி வந்தான்.

தேனியில் மதியமே சாரல் தொடங்கிவிட்டது. சாரல் விழுந்துகொண்டேயிருந்தது. ஹக்கீம் பாய் கடையில் மரங்கள் நனைந்துவிட்டன. காற்றும் சாரலும் தொடர்ந்தபடியே இருந்தன. சாக்பீஸால் எழுதிவைத்திருந்த மரக்கட்டையின் அளவு எண்கள் சாரலில் நனைந்துகொண்டிருந்தன. அந்த மழையில் மரக்கடைத் தரை சகதியாகிவிட்டது. பாய் நாயைக் கையில் பிடித்துக்கொண்டு ராத்திரியில் எப்போதும்போலக் கடையைச் சுற்றிவந்தார். சகதி மண்ணில் கால் பிசகி வழுக்கிவிட்டது. விழுந்தவருக்கு இடுப்பில் நல்ல அடி. விழுந்த அடியில் ஏதோ தவறாகி மூத்திரம் வருவது நின்றுவிட்டது. இடுப்பு எலும்பு விலகியதற்குக் கட்டுப் போடப் போன இடத்தில், முதலில் மூத்திரம் வருவதற்குச் சரிசெய்யுங்கள்; பிறகு கட்டுப்போடலாம்; ஐந்து அல்லது ஆறு கட்டில் எழுந்து நின்றுவிடுவார் என்று சொன்னார்கள்.

மூத்திரம் வருவதற்கு வைத்தியம் செய்ய, க. விலக்கு அரசு மருத்துவமனைக்குக் கொண்டு சென்றார்கள். குளுகோஸ் ஏற்றிப் படுக்கவைத்து விட்டார்கள். இரண்டு நாள் கழித்து மூத்திரம் சிவப்பு நிறத்தில் வெளியேறியது. யூரின் கேனில் நிறைந்திருக்கும் நீரைக்கொண்டு கழிப்பறையில் கொட்டிவிட்டு, கழுவிவைத்து விட வேண்டும். மூத்திரம் வந்ததும் யூரின் கேனில் பிடித்துத் தருவார் பாய். கொண்டுசென்று திரும்பவும் கழிப்பறையில் கொட்ட வேண்டும். ஹக்கீம் பாயின் மனைவிக்கு மருத்துவமனை யில் இருப்பதே குமட்டிக்கொண்டு வந்தது. இதில் எப்படிக் கழிப்பறைக்குச் செல்வது ... என யோசித்தாள். இந்த நேரத்தில் ஹக்கீமுக்கு மலம் வர நெருக்கிக்கொண்டிருந்தது. அங்கிருந்த பணிப் பெண்கள் ‘தங்களால் இயலாது’ எனத் தெரிவித்து விட்டார்கள். ‘இதற்கெல்லாம் வேறு ஆம்பிளைங்களத் துணைக்கு வைச்சிருக்கணும்’ என்று சொல்லிவிட்டார்கள்.

பிறகுதான் ஹக்கீம்மின் மனைவிக்குச் சிகாமணியின் ஞாபகம் வந்தது. மூத்திரம், மலம் எடுத்துப்போடவும் அவருக்குப் பக்கத்தில் நின்றுகொண்டு இருக்கவும் சொல்லுகின்ற வேலை யைச் செய்யவும் அவனை அழைத்து வந்தாள். தேனியிலிருந்து தினமும் மூன்று வேளை அவர்கள் இருவருக்கும் உணவு வந்தது.

கண்டமனூர் மருத்துவமனையிலிருந்து, பாயை வீட்டிற்குக் கொண்டு வந்தார்கள். கட்டுப்போடுபவர்கள் வீட்டிற்கே வந்து

முதல் கட்டைப் போட்டார்கள். கட்டிற்கு மேல் எண்ணெய் ஊற்றவும், இரண்டு கால்களிலும் முதுகு மற்றும் ஆசனப் பகுதிகளில் எண்ணெய் தடவவும், மூத்திரம், மலம் எடுத்துப் போடவும் திரும்பவும் சிகாமணியை அழைத்து வைத்துக் கொண்டார்கள்.

சிகாமணி ஹக்கீம் மரக்கடையில் இருப்பது ஜெயிலிலிருந்து வந்த கார்க்கோடனுக்குத் தெரியவந்தது. அவன் மதிய நேரத்தில் கடைப்பக்கமாக வந்து உட்கார்ந்துகொண்டான். பாய் வீட்டில் அன்று நாட்டுக் கோழிக் குழம்பு. எலும்புச் சேர்மானத்திற்குக் குழம்பில் நல்லெண்ணெய் ஊற்றித் தட்டு நிறையக் குடிக்க வேண்டுமென வைத்தியர்கள் சொல்லியிருந்தார்கள். சிகா மணிக்கு எல்லோரும் சாப்பிட்ட பின்பாகப் பீங்கான் தட்டில் சோறும் குழம்பும் கறியும் போட்டுத் தந்தார்கள். சிகாமணி எப்போதும்போல உருட்டுக் கட்டையின்மேல் உட்கார்ந்து சாப்பிட்டுக்கொண்டிருந்தான். அப்போதுதான் கார்க்கோடனும் வந்துசேர்ந்தான்.

பீங்கான் தட்டில் இருந்த சாப்பாட்டை இருவரும் பாதிப் பாதியாகச் சாப்பிட்டு முடித்தார்கள். கை கழுவிவிட்டு, பீடி புகைத்தான் கார்க்கோடன். ஜெயிலில் தான் மலையாளியைச் சந்தித்ததாகவும் அவன் தன்னை மூணாறுக்கு வரச் சொல்லியிருக் கிறான் என்றும் சொன்னான். சிகாமணியும் சரி என்றான். பிறகு அவன், “ராவுத்தருக்கு உடம்பு சரியில்லை. அவராக வெளிக்குப்போக ஒரு வருஷமாவது ஆகும். அதுவரைக்கும் கூட இருக்கச் சொல்லியிருக்காங்க” என்றான்.

“சரி இங்கேயே இரு” என்றான் கார்க்கோடன்.

சாரலும் காற்றும் நின்றிருந்தன. வெளியில் மரக்கட்டை களின் ஊடே பரவிக்கிடந்த சகதியில் ஊறிய சருகு இலைகளும் மரப்பட்டைகளும் கூட்டி அள்ளுவதற்கு ஏதுவாக இருந்தன. சிகாமணி கூடையில் அள்ளி வெளியே கொட்டினான். சுக்கு மல்லிக் காப்பிக்காரன் காப்பி விற்றுக்கொண்டு வந்தான். கார்கோடன் இரண்டு காப்பி வாங்கினான். இருவரும் குடித்து விட்டு பிளாஸ்டிக் டம்ளர்களைத் தூக்கிக் குப்பையில் போட்டார்கள்.

கார்க்கோடன் தான் ஊருக்குப் போவதாகச் சொல்லி விட்டுப்போன பிறகு சிகாமணி தனியாக உட்கார்ந்து அவன் நடந்து செல்வதையே பார்த்துக்கொண்டிருந்தான். மெயின் ரோட்டில் போய் நின்றுகொண்டு திரும்பிப்பார்த்தான் கார்க் கோடன். சிகாமணி எழுந்து நின்று கண்களைத் துடைத்தபடி கையசைத்தான். பதிலுக்குக் கையை ஆட்டிவிட்டு நடந்தான் கார்க்கோடன்.

சிகாமணிக்கும் கார்க்கோடனுக்கும் ஐந்து வருடத்திற்கும் மேலாகப் பழக்கம். ஒருவரைவிட்டு ஒருவர் தனியாக சினிமாவுக்கோ ஹோட்டலுக்கோ இதுவரை போனதில்லை.

கார்க்கோடன் தன்னைவிட்டு மூணாறுக்கு ஏன் போகிறான் என வருத்தப்பட்டான் சிகாமணி. தான் போக வேண்டாம் என்று ஏன் சொல்லவில்லை என்றும், தன்னையும் உடன் அழைத்துச் செல்கிறாயா என்றும் கேட்காமல் இருந்துவிட்டோமோ என்று அவன் சென்ற பிறகு நினைத்துக்கொண்டான்.

மூணாறில் ராஜகுமாரி தேயிலை எஸ்டேட்டில் வேலை பார்ப்பதாக ஹக்கீம் பாய் மரக்கடைக்கு போன் செய்து சொன்னான் கார்க்கோடன். மரக்கடையிலிருந்த கணக்குப் பிள்ளைதான் முதலில் போனை எடுத்துப் பேசினார். சிகாமணிக்கு மிகவும் சந்தோசமாக இருந்தது. கார்க்கோடன் அங்கேயே இருந்துவிடுவான. தேனி மந்தைக்கு எல்லாம் இனி வரமாட்டான் என்று போனை வைத்துவிட்டுக் கணக்குப்பிள்ளையிடம் சொன்னான்.

ஹக்கீம் பாய்க்கு இரண்டு நாள்களாக ரத்தம் கலந்து மலம் வந்தது. மிகவும் வேதனைகொண்டு அலறத் தொடங்கினார். கணக்குப்பிள்ளையின் யோசனையில் சிகாமணி தேங்காய் எண்ணெய்யை ஆசனவாயில் வைத்துவிட்டான். 'அய்யோ அம்மா ...' என்று சிகாமணியைப் பிடித்துத் தள்ளிவிட்டார். சிகாமணி போய் கணக்குப்பிள்ளைமேல் விழப்போனான். நல்லவேளை யாரும் கீழே விழவில்லை. கட்டுப்போட அலையவேண்டியதில்லை என்ற கணக்குப்பிள்ளை வீட்டிலிருந்து கடைக்குப் போய்விட்டார்.

ஆசனவாயில் வலி அதிகமாகிவிட்டது. டாக்டர் வந்து பார்த்துவிட்டுப் போனார். "கோழிக் குழம்பும் நல்லெண்ணெயும் மூலம்வரை கொண்டுபோய்ச் சேர்த்துவிட்டது" என்று மாத்திரை எழுதித் தந்துவிட்டு, ஊசி போட்டுவிட்டுப் போனார். தினமும் ஊசி போட வேண்டும் என்றும் தன்னால் வர முடியாது, நர்ஸை அனுப்புகிறேன் என்றும் சொல்லிவிட்டுப் போனார்.

தினமும் மாலையிலும் காலையிலும் நர்ஸ் வந்து ஊசிபோட்டுவிட்டுப் போனாள். கண்டமனூர் மருத்துவமனையிலிருந்த நர்ஸ்போல இல்லையென அவளைப் பார்த்ததும் தெரிந்துகொண்டான் சிகாமணி. வெள்ளை உடை இல்லை என்பது தான் வருத்தம் அவனுக்கு. க.விலக்கு மருத்துவமனையில் இருந்த எல்லா நர்ஸுகளும் வெள்ளைச் சேலையில்தான் இருந்தார்கள். அவசரத்தில் நடந்துபோகும்போது பார்ப்பதற்கு அழகாக இருப்பார்கள். சட்டைக்குள்ளிருக்கும் உள்ளாடையின் நிறத்தைத்

தான் சிகாமணி முதலில் பார்ப்பான். எந்த நர்ஸ் நேற்று அணிந்திருந்த உள்ளாடையினையே திரும்பவும் போட்டுக் கொண்டு வந்திருக்கிறாள் எனக் கண்டுபிடிப்பதுதான் ஹக்கீம் பாயுடன் இருந்தபோது அவனது வேலையாக இருந்தது.

ஹக்கீம் பாய் வீட்டிற்கே வந்து ஊசி போட்டுவிட்டுப் போன நர்ஸ் வெள்ளை உடை அணிந்திருக்கவில்லை. தினமும் வெவ்வேறு நிறங்களில் சுடிதார் போட்டுக்கொண்டு வந்தாள். அந்தப் பெண்ணின் பெயர் நிஷா எனத் தெரிந்து வைத்திருந் தான் சிகாமணி. நிஷாவின் இடது காலில் ஆறு விரல்கள் இருந்தன. மாலையில் ஊசி போட்டுவிட்டுப் போகும் சமயத் தில் அவளிடம் ஆறு விரல் இருப்பதைச் சொன்னான்.

அவள் கோபமாக "என்னோட கால். என்னோட விரல், உனக்கென்ன?" என்று முகத்தைச் சுண்டிவிட்டுப் போனாள். அதற்குப் பிறகு தினமும் அவளிடம் சிகாமணி பேசினான். அவள் அவனைப் பொருட்படுத்தவே இல்லை. ஹக்கீம் பாய் இனிப்பு வடை வாங்கித்தரச் சொன்னார் என்று இரண்டு வடைகளைக் கட்டி வாங்கித் தந்தான். நிஷா வாங்கிக்கொள்ளவே இல்லை. 'போடா அரை டவுசர்' என்று திட்டினாள்.

இரவில் மூணாறிலிருந்து சிகாமணிக்கு போன் வந்திருப்ப தாகக் கணக்குப்பிள்ளை சொன்னார். கார்க்கோடன் பேசினான். "அவன் முதலாளி தேயிலைத் தோட்டத்தில் நடந்து சென்று கொண்டிருக்கும்போது வழுக்கிக் கீழே விழுந்துவிட்டதாகவும் தொடையில் அடிபட்டு, எலும்பு உடைந்துவிட்டது" என்றும் சொன்னான். சிகாமணி "சரிதான் அங்கேயும் அப்படித்தானா?" என்றான்.

கார்க்கோடன், "சக்கைன்னு ஒண்ணு விக்கிறாங்கடா. திங்குறதுக்கு நல்லாயிருக்கு. பலாச்சுளையக் காயவைச்சு வத்தலை வறுக்கிற மாதிரி வறுத்து விக்குறாங்க" என்றான்.

சிகாமணி "தேனிக்கு வர்றப்ப வாங்கிட்டு வாடா" என்றான்.

பிறகு அவர்கள் ஏதேதோ பேசிக்கொண்டிருந்தனர். லெட்சுமி தியேட்டரில் ஓடும் படம், சந்தையில் இரவுக் காட்சி முடிந்ததும் கடைசிக் கடைக்கு வரும் இரண்டு வேசிகளைப் பற்றிப் பேசினார்கள்.

கார்க்கோடன் கடைசியாக, "டேய் சிகா, எப்படிறா மூத்திரம் பீ எடுத்துப்போட்ட நீ! எங்க முதலாளிக்கு எடுத்துப்போட்டபோது உன்னத்தாண்டா நினைச்சுப் பார்த்தேன். உவ்வே வாந்தி வருதுடா" என்றான்.

சிகாமணி 'அடப்பாவி' என்று சொல்லிவிட்டு நிறுத்திக் கொண்டான். அடுத்து ஏதும் பதில் பேச முடியவில்லை.

கார்க்கோடனும் போனை வைத்துவிட்டான். சிகாமணின்னு பேர் வைச்சவங்களுக்கு எல்லாம் அப்படிதான் வரும் என்று அவன் நினைத்துக்கொண்டான். கார்க்கோடனை தான் அப்போது வரை அவனது உண்மையான பெயரைச் சொல்லி அழைத்திருக்க வில்லை என்பதும் கூடவே நினைவில் வந்தது. தனது பெயரும் கார்க்கோடனின் உண்மையான பெயரும் ஒன்றுதானே என நினைத்துக்கொண்டான் சிகாமணி.

சிகாமணிக்கு நான்கு நாள்கள் கழித்து மூணாறிலிருந்து இரவு நேரத்தில் போன் வந்தது. கார்க்கோடன் பேசினான். தனது முதலாளிக்குக் கட்டுப் போட்டிருக்கிறார்கள். டாக்டர் வந்து ஊசிபோட்டார். தினமும் டாக்டர் வர முடியாதென நர்ஸை அனுப்பியிருக்கிறார். நர்ஸின் பெயர் நிஷா. அவளது இடது காலின் விரலில் ஆறு விரல்கள் இருக்கின்றன. அவளிடம் இது பற்றிச் சொன்னேன். கோபமாக என்னைத் திட்டிவிட்டாள். பார்ப்பதற்கு அழகாயிருக்கிறாள் என்றான்.

சிகாமணியினால் நம்பவே முடியவில்லை. இங்கு தனக்கு நடப்பதுபோல மூணாறில் கார்க்கோடனுக்கும் நடக்கிறதே! . . . என அவனிடம் மேற்கொண்டு ஒன்றும் பேசாமல் அவன் சொல்வதையே கேட்டுக்கொண்டிருந்தான். அன்று இரவெல்லாம் சிகாமணிக்குப் பல கற்பனைகள். அவனும் கார்க்கோடனும் நர்ஸைத் திருமணம் செய்துகொள்வது போலவும் நிஷா ஊசி போடுகின்ற வீடுகளுக்கு மருந்துப் பெட்டியை எடுத்துக்கொண்டு அவர்கள் செல்வதுபோலவும் கனவு கண்டான்.

காலையில் கணக்குப்பிள்ளையிடம் 'திருமணம் நடப்பது போலக் கனவு வந்தால் அப்படி நடக்குமா' என்றான். கணக்குப் பிள்ளை 'திருமணம் நடப்பதுபோலக் கனவுகண்டால் உன்னோட சொந்தக்காரங்க யாராவது இறந்துபோவார்கள்' என்றார். 'இறந்துபோவதுபோலக் கனவு வந்தால்தான் கல்யாணம் நடக்கு' மெனச் சொன்னார். சிகாமணி தனக்கு சொந்தக்காரர்கள் யார் இருக்கிறார்களெனக் கனவு பற்றிய நினைப்பை அப்படியே விட்டுவிட்டான்.

அந்தக் கனவு வந்து பத்துத் தினங்களுக்குப் பிறகு கார்க்கோடனிடமிருந்து போன் வந்தது. அவன தனக்குக் காய்ச்சலாக இருக்கிறது. காலையில் நன்றாக இருக்கிறது. இரவு முழுக்கக் காய்ச்சலும் குளிருமாக இருக்கிறது என்று சொன்னான். சிகாமணி "மாத்திரை சாப்பிடு. ஊசி போட்டுக்கொள்ள தேனிக்குக் கூட வா. வந்து இங்கே இரு . . ." என்றான். "சரி பார்ப்போம்" என்றான் கார்க்கோடன்.

அன்று இரவே சிகாமணிக்குக் காய்ச்சலும் குளிருமாக வந்து முனங்கிக்கொண்டு படுத்தான். காலையில் எழுந்திருக்கவே

முடியவில்லை. கார்க்கோடன் போன் செய்தால் தனக்கும் காய்ச்சல் வந்திருப்பதாகச் சொல்லலாமென நினைத்தான். சுக்குமல்லிக் காப்பி வந்தால் வாங்கிக் குடிக்கலாமென, உருட்டுக் கட்டையின் மேலேயே உட்கார்ந்திருந்தான். வாரச் சந்தைக்கு, மாட்டுவண்டியில் சரக்குப் போவதை உட்கார்ந்த இடத்திலேயே பார்க்க முடிந்தது. இன்று வியாழக்கிழமை என அவனாகச் சொல்லிக்கொண்டான்.

கொஞ்ச நேரம் படுக்கலாமென நினைத்தவன் பிறகு எழுந்திருக்கவே இல்லை. சிகாமணி இறப்பதற்குமுன் யாரிடமோ சொல்வதுபோல 'நான் இறந்ததும் சிகாமணியும் இறந்து போவான்' எனச் சொன்னான்.

காலச்சுவடு ஆகஸ்டு 2008

* 9 7 8 8 1 8 9 9 4 5 8 9 3 *

FCW - #0169 - 061026 - C0 - 216/140/8 - PB - 9788189945893 - Matt Lamination